Kiini Cha Maisha

Kielelezo Cha Mafunzo Bora

Kiini Cha Maisha

Kielelezo Cha Mafunzo Bora

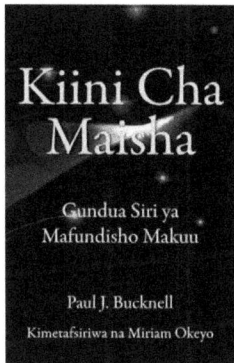

Paul J. Bucknell

Kimetafsiriwa na Miriam Okeyo

Kiini Cha Maisha: Kielelezo Cha Mafunzo Bora

Copyright Swahili © November 2017 by Paul J. Bucknell

Kimetafsiriwa na Miriam Okeyo

ISBN: 978-1-61993-083-4 - Paperback

ISBN: 978-1-61993-084-1 - Digital e-book

Translated from the English, The Life Core: Discovering the Heart of Great Training

Original in English: ISBN-13: 978-1-61993-007-0

www.foundationsforfreedom.net

Pittsburgh, PA 15212 USA

Utangulizi

Kuyafanya mataifa yote kuwa wanafunzi wa Yesu ni changamoto kuu. Kanisa linazidi kukua kote ulimwenguni, lakini la kuvunja moyo ni kwamba ni makanisa machache yanayofahamu namna ya kuwafanya walimwengu wanafunzi wa Yesu na kuwasaidia kukua katika imani. Kanisa limekuwa likiumia kutokana na upungufu huo. Wazo la kuleta mwafaka limekosekana kwenye upeo wa mawazo ya wengi .

Hali inazidi kuwa mbaya zaidi kutokana na taarifa zinazoangaziwa na vyombo vya habari na kufanya wengi kuvunjika moyo. Kutoridhika maishani kumewafanya wengi kupoteza Imani na badala ya kuwaeleza wengine yale Mungu amewatendea, sasa wanalalamika na kushangaa mbona Mola hajawatendea makuu zaidi maishani.

Wazo kuhusu kibofu:- Bila hewa hakina umbo, hakina mwendo wala uwezo wa kuleta furaha. Vivyo hivyo, tiara pasipo nguzo haitapaa hata iwapo upepo unavuma. Nguzo zinafaa kuipa tiara umbo na uwezo wa kupepea angani kwenye upepo.

Bila Kristo na kazi zake za ajabu katika maisha yetu, miili yetu ni kama maua yanayochanuka siku moja na kunyauka siku ijayo. Ni neno la Mungu lenye nguvu pekee kupitia kwa Roho wake ambalo huzigeuza nafsi zetu na kuyafanya upya maisha na kutupa umbo wa kiroho, nguvu na kusudi (1 Petro 1:24-25). Ah! Laiti tungekumbuka kwamba pasipo Kristo, sisi ni bure lakini tukiwa naye tunaweza na tutatukuza neema yake ya ajabu inayotenda kazi ndani na katika maisha yetu.

Kiini cha maisha kinatambua chanzo cha shida ndani ya kanisa la Kikristo na kupendekeza suluhisho kabambe kwa kuzingatia ukamilifu wa maisha ya Mungu ndani ya moyo wa kanisa kwa mafundisho mema ya uongozi. Watu wa Mungu wanastahili kusisitiza ya kwamba makanisa yao, vyuo vya kidini, shule na viongozi walete ukweli wa nguvu za neno la Mungu ili kubadili maisha yao, kuwatia nguvu na kuwaandaa ili wawaongoze wengine kubadilisha maisha.

Watu wa Mungu wanapaswa kuzinduka na kubaini kusudi lao kuu la kiroho Mungu alilo nalo maishani mwao. Waefeso 4:12-16 yatuhimiza kufuata kanisa lililoinuliwa katika utukufu hapa duniani. Kitabu hiki kinaweza kutusaidia kuelewa sio tu mafundisho ya kikristo yanavyopaswa kuwa iwapo ni kanisani au shuleni, pawe na utaratibu au pasipo utaratibu, mbali pia jinsi ya kuyafikia malengo hayo. Sehemu kuu ya mwisho ina vifungu juu ya utekelezaji wa kanuni za kiini cha maisha, katika muktadha wa kanisa, vyuo vya kidini, na shule za kikristo.

Ishara za mawazo muhimu, mistari ya kukariri na maswali ya kutekeleza yanaambatana katika kila kifungu. Vilevile, ramani mbili muhimu kuhusu ukuaji wa kiroho zimewekwa mwisho wa kitabu kwenye sehemu ya viambatisho. Zitumie ipasavyo.

Kiini cha maisha huambatana na kanda za kufunza kusikiza na kuona kuanzisha kukua kwa kiroho kanisani huzungumzia kuhusu moyo wa mafundisho na jinsi ya kusaidia kukua katika daraja tofauti za maisha ya kiroho; zako binafsi na wengine. Hii inapatikana katika D1 (BFF Mafundisho #1 Digitali).

Acha ukweli uenee na watu wa Mungu wahuishwe. Kutimiza kusudi letu kama kanisa kunaweza kuafikiwa, lakini kunahitaji ufahamu mwema wa jinsi wakristo hukuwa katika imani yao.

Heri kizazi hiki kikawa ndicho kitakacho shuhudia hatua kuu ya ufahamu na teknologia, lakini pia kwamba kimfahamu Bwana kwa dhati na ambacho hueneza ufahamu huo, na furaha na msisimko kwa wengine.

Kasisi Paul J. Bucknell.

Yaliyomo

Mwanzo wa Maisha Kifungu #1-8

Mwanzo wa Maisha na Wewe Kifungu #9-18

Chanzo cha Maisha na Kiini cha Maisha Kifungu #19-32

Mwanzo wa Maisha na Mafundisho Kifungu #33-40

Nyongeza #1- 4

Kiini Cha Maisha

Mwanzo wa Maisha

Kifungu #1-8

#1 Hadithi Iliyofaulu

Wingu jeusi la kutofaulu limefunika kanisa la Kikristo. Ni baya kiasi kuwa na tamaduni zinazodunisha uhuru wa mkristo katika kujieleza katika maisha haya na kuabudu, lakini kujitolea kuishi kwa maadili yanayozidi kupotea. Wachungaji na wakristo wote wafalakiana, haya yakichangiwa na picha za ngono kamari na anasa za dunia.

Ubaya zaidi, msingi ya familia inapasuka. Upendo wa watoto wetu kwa Bwana unadidimia. Kuna kitu kibaya mno katika kanisa wakati takwimu inaonyesha ya kwamba wengi wa vijana wetu ambao walilelewa makanisani wanamwacha Bwana na kanisa.

Hatari inatuotea sisi sote. Ninashuku kwamba mengi yanastahili kusemwa kwani uovu kanisani ni dhahiri mno. Roho ya kushindwa inaenea katika nchi nzima. Inapotujia, tunahisi kukata tamaa. Wakati mwingine tunaanza hata kushuku iwapo maadili tuliyoyashikilia ni ya kweli na mema.

Tunapaswa Kufanya Nini?

Njia mmojawapo bora ya kupigana na jaribio hili ovu la kushindwa ni kurejelea misingi ya neno. *"Basi tuseme nini juu ya hayo? Mungu akiwapo upande wetu, ni nani aliye juu yetu?"* (Warumi 8:31). Mungu kwa kweli yuko upande wetu.

Agano la kale mna hadithi nyingi zilizofaulu. Sio kama hadithi za kawaida za kufaulu zinaonyesha uerevu wa mwanadamu. Badala yake zinaonyesha taswira ya mtu katika wakati wa kulemewa na kukumbwa akikabiliana na kushindwa kukuu. Ni hadi wakati huu ambapo Biblia huonyesha jinsi Mungu huingilia kati na kwa njia ya ajabu huwaokoa wale waliitao jina lake.

13

Hadithi hizi za kweli hutukumbusha ukweli usiobadilika. Sisi vilevile, hata katika nyakati hizi mbovu, twaweza tegemea nguvu za kipekee za Mungu na kuuona wokovu wake. Twaweza kuwa hatujui yote Mungu ayafanyayo, lakini twajua vile ataka kutenda nasi kwa wakati huu. Bwana anataka kututia nguvu tukamilishe ile kazi ametupa.

Mara tukumbapo uweza wa uhai wetu, zaidi twazihisi nguvu za Mungu ndani yetu. Hatuhitaji kwenda kutafuta rasilimali zingine huko nje ili kufaulu. Anataka awe ndiye tunayemtegemea. Neno la Mungu linatukumbusha kwamba yeye yuko upande wetu. Itakuwa ni msukumo mwema kwa maisha yetu ya kiroho kama tungejua na kuamini kwamba hilo pekee ndilo linalohitajika. Mungu alituumba ili tupate kufaulu, *"na mkisha kuyatimiza yote kusimama"* Waefeso 6:13. Watu wa Mungu wanaweza kusimama imara kwa sababu Mungu hatishwi ni adui. Nasi pia hatuhitaji kuwa na wasiwasi.

Hatari Yetu Kuu

Mungu, kama mto mkuu, kila wakati hutuvuta kutelemkia ukuaji mkubwa. Shida yetu kuu ni kwamba tunaruhusu chelezo yetu kushika ukingo mwa mto na kutoka nje. Wakristo lazima wasimame wima na kujishughulisha. Twapigana kwa kila wakati kufahamu ukweli wa Mungu ili akaweze kutuongoza vyema katika machafuko ya maisha hata wakati majaribu yanapotujia na mawazo ya kishetani.

Hamna nguvu au uweza ulio na nguvu kuliko Mungu ambazo zaweza kushinda kusudi lake nzuri. Iwapo tuko naye – au tuseme vyema – iwapo yeye yuko pamoja nasi, basi tunaweza yatimiza yote yale Bwana amekusudia katika kupitia maisha yetu. Tunaweza fanya maamuzi ya kumtumainia hata katika mapambano mabaya kwa kutuhakikishia kwamba yale asemayo ni ya kweli na kisha kumwamini.

Na jinsi tuendeleavyo kufahamu matendo ya Mungu yaliyo na nguvu, yafaayo kila mara katika maisha yetu, tutakuwa katika kumtumaini yeye na tutatambua jinsi amani yake ya ajabu huiweka mioyo yetu nyakati zilizochafuka sana. Ufahamu huu na hakikisho hilo kwamba uwepo wa Mungu huwa na nguvu za ajabu katika maisha yetu.

Somo

- Vita vimeshindwa. Mungu alishinda. Twahitaji kila mara kukumbuka kwamba nguvu za Mungu na kuiweka tumaini letu kwake.

- Mungu anapendezwa kututia nguvu – kama Yusufu, Daudi, Danieli, Yesu – ili tuweze, kama hao, kuwa karibu na Mungu ili kwamba aweze kutimiza mapenzi yake kupitia kwa maisha yetu.

Kariri Na Tafakari

- Warumi 8:31
- Waefeso 6:13

Zoezi

➡ Je, umejeruhiwa kiroho? Ni katika nyanja zipi unahisi kushindwa? Nukulu ambazo zaja katika mawazo yako.

-
-
-

➡ Iwapo umetoka nje ya chelezo cha imani yako ya Kikristo, mwambie Bwana kwa kukiri hofu zako, ukidai msamaha, rudi ndani na endelea na safari.

➡ Omba kwa sauti sasa hivi (au uandike) kwamba haijalishi chochote, utabaki vitani – hata vita vikizidi kuwa vikali. Mshukuru kwa kuwa mshindi na kupendezwa kuwa pamoja na hata katika hali ngumu kuleta utukufu kwa jina lake.

Kiini Cha Maisha

#2 Mtazamo Ufaao

Mtazamo huelekeza jinsi tunavyo fikiria, kumbana na shida za maisha na kujaribu kutatua shida. Mtazamo waweza kutusaidia au kutuumiza ikitegemea jinsi unavyolingana na Biblia. Kwa mfano, dunia huonekana tofauti ukiwa angani na jinsi ilivyo ukiwa ardhini. Ni dunia ile ile lakini mtazamo tofauti.

Mtazamo wa Biblia hutoa picha sahihi ya kuutazama ulimwengu. Zaidi ile mawazo yetu yanakumbatia dhana zisizo na ukweli, zinazuia keundelea kwetu kwa kiroho kutokuwa zaidi kama Kristo na kuziendeleza kazi zake nzuri.

Yapaswa kuwa dhahiri kwa kanisa kwamba limeshikilia mtazamo usio wa kweli wakati haliishi maisha machangamfu ya utawa. Kanisa dhaifu na tabia zisizo njema hudhihirisha kufifia kwa imani yetu ndani ya Kristo. Wakati huo huo hudhihirisha kwamba tunamiliki imani kubwa na kutegemea kitu kingine (kama vile mifano).

Ulimwengu unashambulia moyo wa jamii kupitia teknolojia ya kisasa. Kizazi hiki, kwa njia nyingi , bila kujua kinashawishiwa na rasilimali zisizo na uungu wa namna yeyote, ziwe ni muziki, kanda za picha, vitabu na kadhalika. Anasa za dunia zinatishia hali yetu kwa sababu, bila kufahamu tunakubali kusudi la dunia. Hatuwezi endelea kuilinda nyumba zetu za kikristo na kanisa letu kutokana na uovu iwapo tutaikaribisha kusudi hilo.

Kufanya Maamuzi Muhimu

Kanisa ni kama taifa wakati wa vita vya wenyewe kwa wenyewe. Tunalazimishwa kuwafundisha watoto wetu, japo twachukua, kuchukua nafasi zetu na kupigana. Sisi, kama kanisa tutawafundisha watoto wetu kuwa na nguvu za kiroho au watashindwa na nguvu zinazowazunguka kama vile Israeli ilibidi kuyapinga mataifa yaliyowazunguka.

Kanisa la kikristo kote lakumbwa na tatizo hilo hilo. Mageuzi haya yanakumba kila nchi na tamaduni kwa mawasiliano ya mtandao. Nimerudi kutoka kuwafundisha wachungaji na viongozi wa kikristo katika mji mdigo kusini mwa Malawi. Hebu kisia yale niliyoyagundua? Vijana walikuwa katika mtandao kwenye simu zao za rununu. Wao ni masikini lakini ushawishi wa dunia unavuka mipaka na umaskini unayaunda mawazo yao.

Mashambulizi yamefika. Haja ya kunoa ufahamu wetu wa Biblia na kujitolea ni kwa dharura hasa ulimwengu na kujisifu, kiburi na mawazo ya uongo yanyemeleapo mawazo yetu.

Hata tukiliamsha kanisa kuona hatari, je, hilo ndilo suluhisho? La. Mitazamo iliyosindiliwa haibadiliki kwa haraka. Ni vigumu kukubali ujinga wa makosa yetu, lakini Bwana amekuwa akitupa yote tunayohitaji kupigana na kushinda. Waamini, hata hivyo, kama mtu ashikaye upanga kwa mara ya kwanza, hakufaa kabisa kwa kudhibitisha neno lake.

Mabadiliko Yaja

Mabadiliko lazima yaje. Yaja lakini natumai sio kwa unyanyasaji zaidi wa njia za dunia. Ni lazima tufahamu ukweli wa Mungu na kuenenda kwa ushindi kwa kuwafundisha wengine katika haki.

Tafadhali usikosee – hatuzungumzii kweli mpya, mbali neno la Mungu lililodhibitishwa *"Kila neno la Mungu limehakikishwa; yeye ni ngao yao wamwaminio"* (Mithali 30:5). Hamna kilichobadilika.

Unyonge wetu unadhihirika. Giza inaanza kunyemelea kanisa. Sasa huu ndio wakati wa kurejelea ukweli wa Biblia. Mtazamo wetu wa elimu ya Kikristo umekuwa, kwa sehemu kubwa unashawishiwa na utaratibu wa dunia. Wanaohitimu kutoka shule za Biblia na shule za Kikristo hawafundishwi vyema, na inadhihirika kutokana na maisha yao ya kujivutia tuhuma na huduma zisizofaa katika makanisa.

Mtazamo Wa Mungu

"Nimepewa mamlaka yote
mbinguni na duniani"
(Mathayo 28:16-17)

Tunahitaji mtazamo wa Mungu katika hali zetu. Tunaona nini? Mungu alilipa kanisa vyote litakavyo ili kuwa na nguvu na wachangamfu tukiwepo magharibi au mashariki. Amefanya hivyo ili kwamba watu wake waweze kuangaza tabia ya Yesu katika tabia, imani na azma yao ili kutimiza kazi ya Baba yetu.

> "Na walipomwona, walimwabudu lakini wengine walitia shaka. Na Yesu akaja karibu na kusema na hao Na wale wanafunzi kumi na mmoja wakaenda Galilaya mpaka mlima ule aliowaagiza Yesu. Nao walipomwona, walimsujudia; lakini baadhi yao waliona shaka. Yesu akaja kwao, akasema nao, akawaambia, Nimepewa mamlaka yote mbinguni na duniani" (Mathayo 28:16-18).

Mungu ameahidi kutupa vyote tunavyohitaji kama vile alivyowapa waisraeli mamlaka ya kuishinda nchi ya ahadi. Yesu Kristo ana mamlaka. Je, unaamini au unashuku neno la Mungu?

Somo

- Kanisa duniani kote liko kwenye hatari kwa sababu ya ushawishi wa dunia unaoongezeka katika mawazo yetu na maisha yetu.

19

- Kanisa liko na nafasi nzuri ya kutoka katika mambo ya kale na kukumbatia utukufu wa neno lote la Mungu kwetu na wote walioko duniani.

Kariri Na Tafakari

- Mithali 30:5
- Mathayo 28:16-17

Zoezi

➡ Je, unafikiri kanisa, baada ya kuwa na ukweli wa Mungu pamoja na ahadi na uwepo wake, linaweza kushinda yale yanayofishia kanisa? Au, kama wanafunzi wa kale, una shaka? Iwapo ni kweli, unashuku nini?

➡ Waza zaidi juu ya hali yako, weka alama kule ambako unahisi ushindi na pia kushindwa.

   - Maisha ya kibinafsi
   - Kazi
   - Familia na nyumbani
   - Huduma
   - Kwingine

#3 Mabadiliko Lazima Yaje

Mabadiliko hutufanya kutotulia kwa hivyo hupendezwa kuyapinga. Mhadhiri mmoja alinilalamikia kwamba shule hii inawalazimisha waadhiri wote kutumia tarakanishi. Mabadiliko hayo ni madogo, hata hivyo, ukilinganisha na changamoto halisi zinazolikumba kanisa, kusalia kwake kumo hatarini.

Kukua au kufa. Kuwa washindi au kushindwa. Haya ni maamuzi yetu. Kila mahali kutuzunguka, kanisa, lina wasiwasi. Kwa wakati mmoja ilikuwa kwamba kanisa lenye fadhili lilikuwa linakwisha, lakini sasa pia kanisa la injili. Hili lawezekanaje? Ulimwengu huko nje hudhani kwamba ujumbe hauna maana na dhaifu, lakini twaeza walaumu? Mara kanisa linapoweka kando imani yake ndani ya Yesu, linakosa kufaa. Nguvu zake zinapotea.

Mitandao ya habari imeongeza kasi kwa kututupia habari chungu nzima, ikikanganya macho yetu na mawazo yetu. Je Mungu ameifungua mafuriko haya ya ufahamu ili kuharakisha uenezaji wa ukweli wake? Bila shaka amefanya hivyo, lakini wakati huo huo naye adui anatumia vifaa pia kwa mipango yake miovu.

Hata hivyo, hatupaswi kuhisi tumelemewa. Mungu yuko kutusaidia. Haijalishi adui atatumia silaha gani kupigana nazo. Ingawa mbinu za shetani za kupingana na watu wa Mungu zaweza kubadilika, maarifa yake ni yale yale. Uwezo wa Mungu kuwasaidia watu wake bado wadumu.

Kushiriki Kwa Mungu Kuliko Fiche

Hata ingawa kanisa la kwanza lilikuwa limetawanyika likikimbia kila upande, kama vile chungu wakitafuta kichunguu kilichoporomoka. Mungu bado alikuwa pamoja nao bila kuwaacha kamwe. (Matendo ya Mitume 11:19)

Je, Mungu alikuwa analichunga kanisa? Bila shaka. Alitumia unyanyasaji wa wakati huo ili kueneza neno lake kwa haraka kupitia kwa kanisa. Mateso yalitumka kwa ajili ya kusudi kuu. Ni nini twapata katika Matendo ya Mitume 13? Kanisa kwa sehemu moja, wanafunzi wake waliokuwa wametawanyika, ambalo lilikuwa limeundwa na tayari kwa kudumu duniani.

> "Na huko Antiokia katika kanisa lililokuwako palikuwa na manabii na waalimu, nao ni Barnaba, na Simeoni aitwaye Nigeri, na Lukio Mkirene, na Manaeni aliyekuwa ndugu wa kunyonya wa mfalme Herode, na Sauli. Basi hawa walipokuwa wakimfanyia Bwana ibada na kufunga, Roho Mtakatifu akasema, Nitengeeni Barnaba na Sauli kwa kazi ile niliyowaitia. Ndipo wakiisha kufunga na kuomba, wakaweka mikono yao juu yao, wakawaacha waende zao" (Matendo ya Mitume 13:1-3).

Baadhi ya watu wa Mungu wanakumbana na mateso kwa hila au ya wazi kama ilivyo katika Matendo ya Mitume 13. Mmoja wa wachungaji wangu katika nchi moja kusini mwa Asia, hupata ishara mara kwa mara, vitisho vilivyofichwa kuyahusu maisha yake, ili aache kusambaza vijikaratasi vya dini.

Wengine, ijapo wanakumbana na vitisho visivyofaa. Kanisa linaendelea na kama awali lakini havina ushawishi ule ule. Hata michezo midigo ya mpira huwatenga watu wa Mungu mbali na kuabudu.

Kutafuta Suluhisho

Kuna mazoea ya kufanya ibada zetu za kuabudu ziwe fupi. Twasema kuwa ni za watafutaji, lakini ukweli ni kwamba watu wa Mungu wapendezwa pia.

Twafika nyumbani mapema na kutenda jinsi tutakavyo. Mara chache kisha huchukua hata dakika kumi ya huo wakati ili kuomba. Msisimko wa neno la Mungu umekwisha kwa sababu hatuoni jinsi linatusaidia katika maisha yetu.

Hamna kitu kwa kweli kimebadilika. Hata hivyo, neno la Mungu laweza zungumza kwa nguvu na kizazi cho chote na tamaduni ye yote au dini ye yote ulimwenguni hata kwa mawazo ya siku zijazo. Mbinu zetu za kale za kulisha na kuchunga makanisa hazifai kwani mashambulizi ya mawazo ya kidunia yamewakumba watu wa Mungu.

Swali ni, "Tutayabadili mambo vipi? Ratiba mpya? Endeleza masomo? Haya yote yamechelewa na ni ya pole mno. Kufika hapo, watu wa Mungu duniani kote wanateseka kwa kukosa nguvu za ukweli kung'aa kutoka kwa maisha yao yaliyo ridhiana. Hebu tazama ndoa ya kawaida. Unaona mapenzi ya Mungu, malezi na mapatano? Ninawafunza wachungaji duniani kote, hata kuwasomesha mambo ya ndoa. Wachungaji na washiriki hadithi ni moja. Wengi wa ndoa zilizoharibika na wanakumbana na shida nyingi.

Kutambua Shida Ya Msingi

Nimeona Roho wa Mungu akiokoa vikundi vya watu katika tamaduni kadhaa lakini kizazi kinachofuata wamo na nia na hukataa kupinga shida za chuki na hasira ambazo hazijamalizwa vyema na upendo wa Mungu ukifanya kazi katika maisha ya wazazi wao. Wanaishia kupuuza yale ambayo wafunzwa. Huku ni kukataa kwa kizazi ambapo kiko hai wakati ukweli wa Kristo umetolewa lakini bado haujakubalika. (Waamuzi 1:2-3).

Ingawa sio kwa wingi kinyume cha miujiza na uponyaji, kutafuta kuwa na wimbi ligine lao halitatufikisha mahali tunaohitaji kuwa. Nimeshuhudia jinsi viongozi wengi wakuu waliokolewa kiajabu au kusaidiwa na Mungu kupitia njia za kipekee. Lakini hii haimaanishi, mara nyingi itawasaidia kuhusiana vyema na wake zao. Twahitaji kwenda zaidi ya kupata msaada kwa sehemu moja ya maisha yetu bali kuwa watu ambao kila sehemu ya maisha yetu yameguswa na uwepo mtakatifu wa Mungu.

Shida hizi zimechochewa na mafundisho yanayoendelea makanisani na shule za Kikristo. Zimekosa mfumo mkamilifu wa kuunganisha watu na injili rahisi na yenye nguvu ya Kristo. Kutoamini ndio shida yetu ya msingi. Maarifa yetu binafsi hupenda kuunda mitazamo yetu. Kutokana na kushindwa kwetu kuishi maisha ya Kikristo yanayotosheleza, tunapoteza ujasiri na matumaini ya neno la Mungu. Kutoamini huongezeka. Kuvumilia kwa kanuni za chini na kupungua kwa matumaini kunaambatana na kutoamini huku.

Mabadiliko Yahitajika

Lazima tubalike au tusombwe zaidi na ulimwengu. Ratiba mpya huleta mabadiliko machache lakini ni ya juu juu yakipuuza kukabiliana na shida halisi. Shida zile zile huendelea.

Tunawashangilia wale wachungaji, waalimu na wainjilisti ambao hufanyakazi zaidi.

Wanadhani, iwapo wataongea kwa sauti kubwa, au kuleta hisia za upendo, watu wa Mungu watasaidika. Hili halisaidii.

Wengine hupendezwa na hiari kama kubadilisha makanisa, madhehebu au hata watajaribu dini za mashariki kama fumbo la mawazo, yoga, na kadhalika.

Wanatumaini kwamba mambo haya yataleta yale wanayoyatafuta. Hayasaidii kwa sababu mambo hayo huelekeza watu mbali na chanzo za uzima – Yesu ndiye Kristo.

Barabara Ya Kurudi Nyumbani

Ni lazima tumrudie. Kutubu ndiyo njia ya kurudi kwa Mungu. *"Tubuni basi, mrejee, ili dhambi zenu zifutwe, zipate kuja nyakati za kuburudishwa kwa kwakuwako kwake Bwana"* (Matendo ya Mitume 3:19).

Mabadiliko Lazima Yaje

Lakini tusifanye hii kama mbinu nyingine kuwaamsha watu kufanya mfano wa mabadiliko badala ya kuchochea mabadiliko yanayohitajika ndani.

Uamsho ni kwa sababu ya kutubu kwa kweli kunako tendeka katika mioyo mingi kwa wakati mmoja na sehemu moja. Ni mabadiliko haya ya mtu binafsi ambayo yahitajika kuleta mabadiliko kamili ya tamaduni zetu. Usifikirie kuhusu wimbi katika bahari lililodhibitiwa katika ufuo mbali dhoruba iwezayo kuvunja njia asilia zinazokwamisha maisha yetu ya 'Kikristo'.

Ijapokuwa kiwango cha dhabihu iliyotolewa ilikuwa ya kupendeza, kuwekwa wakfu kwa hekalu kulikuwa sherehe ya kipekee zaidi kwa sbabu ya maombi ya Suleimani kwa niaba ya watu wa Mungu. Twahitaji moyo amabao anatuongoza kwenda kwa madhabahu na kuomba kama Suleimani. *"Ikiwa watu wangu, walioitwa kwa jina langu, watajinyenyekeza, na kuomba, na kunitafuta uso, na kuziacha njia zao mbaya; basi, nitasikia toka mbinguni, na kuwasamehe dhambi yao, na kuiponya nchi yao"* (2 Mambo ya Nyakati 7:13-14).

Hamna njia nyingine. Ni lazima kila mara turudi kwenye madhabahu mahali msamaha unaweza kupatikana. Haijalishi mambo yalikuwa mabaya kiasi gani, iwe ni ugonjwa, njaa au hata utumwa, iwapo Israeli iliyageukia madhabahu, Mungu alikuwa akisikia na kuponya. Chini ya agano jipya, madhabahu yetu ni Yesu Kristo ambaye anaweza kutusamehe na anatamani kuturejesha.

Matatizo yanayolikumba kanisa katika kizazi hiki sio madogo. Hatujaribu kuyadunisha na mistari ya Biblia. Badala yake, tunatumia ile imani ndogo tulionayo kuanza kuifungua mioyo yetu kutuleta mahali ambapo kushika tena mtazamo wa Mungu kwa yale yanayohitajika kufanywa.

Mungu hana woga wa uongezeko wa ufahamu. Anautumia! Mipango yake haiyumbiyumbi kwa mashambulizi ya shetani. Bwana huketi mbinguni na kuwacheka maadui zake (Zaburi 2). Twahitaji kuiandaa mioyo yetu kwa yale Mungu anataka kwa kunyenyekea, kuja kwa Bwana tukipiga magoti na kukiri kutoamini kwetu – hatuamini eti injili inatuhusu na ina nguvu za kutosha hata leo.

Iwapo tutakuja kwake, basi atakuja na kutuonyesha jinsi kanisa linaweza kukabiliana na giza katika ulimwengu kupitia kwa mwanga wake.

Somo

Mungu hutumia mashambulizi ya kanisa kutusukuma pembeni ili kuvunja mitazamo yetu ya kale na kugundua nguvu za ukweli wa mtukufu.

- Shida halisi ambayo kanisa hukumbana nayo ni kutoamini.
- Mabadiliko huanza kwa kumrudia Mungu, kunyenyekeza mioyo yetu na kukiri dhambi zetu.
- Watu wa Mungu lazima watende jambo la sivyo watapoteza hadhi mbele za maadui zetu.

Kariri Na Tafakari

- 2 Mambo ya Nyakati 7:14
- 2 Mambo ya Nyakati 6-7
- Nehemia 1 (Kanda mpya)

Zoezi

➡ Je, umehuzunishwa na dhambi inayokuzunguka au unakubali kwamba ndivyo mambo yalikusudiwa kuwa?

➡ Kama Nehemia, njoo kwa madhabahu ya Mungu sio tu kwa dhambi zako za kupotea kwa roho na macho, lakini kwa watu wa Mungu jinsi bila sababu wametapatapa katika kushindwa na kukosa matumaini badala ya kuishi ndani ya uwezo wote wa Bwana.

#4 Sura Nzuri ya Maisha

Maisha ni fumbo la kushangaza amabao inashikilia siri kubwa zaidi duniani. Sote twajua maisha ya kawaida ni yapi, lakini twaweza tu yaeleza kwa kuzingatia: kutembea, kupumua, kuzaana, kula na kadhalika. Ingawa twasherekea ushindi wa binadamu kwa kuonyesha vyema jinsi chembe za mwanadamu hupangana, bado tumo gizani ifikapo kueleza shina la maisha.

Maisha ya kiroho ni mada ambayo mara kwa mara Wakristo huizungumzia lakini ukweli ni kwamba tunasongwa na kutokuwa na maarifa. Kwa nasaha nzuri, tuna vidokezi vya kibiblia tunavyohitaji kufungua matokeo yanayowezekana katika maisha yetu.

Mifano Ya Maisha

Waandishi wa maandiko matakatifu na hasa Yohana alisema *"Ndani yake ndimo ulimokuwa uzima, nao ule uzima ulikuwa nuru ya watu"* (Yohana 1:4). Yohana alikuwa akisema bila shaka, kumhusu Yesu. Yesu alikuwa na uhai na uhai ulileta maelewano na kuleta uwazi kwa wanadamu.

Dhana hii ya msingi wa maisha ni muhimu kupata ufahamu mzuri wa mafundisho. Zaidi tupatavyo wazo juu ya uhai, ndivyo kwa urahisi tutakumbatia maana nyinginezo za kweli. Uhai ndio nguzo ambayo kweli nyingine zote huegemea.

Maisha mapya hueleza mwanzo wa maisha ya kiroho. Tulipopata wokovu, wengi wetu mimi nikiwa mmojawapo, tulitafuta uzima wa milele ili kuepuka hukumu ya Mungu. Hatukuwa na vidokezi kuhusu maana hasa ya wokovu huo. Bila shaka, iwapo tulifikiria, tungejua ya kwamba maisha sharti yawe na mwanzo. Hili mara nyingi hufunzwa na haja ya kuzaliwa mara ya pili lakini mara chache sisi huelezwa jinsi maisha haya huendelea.

Uhai ndio nguzo ambayo kweli zote nyingine zote huegemea. Madarasa ya mafundisho ya neno la Mungu pia yalihusu utakatifu na utakaso (bila shaka mada muhimu). Lakini mara nyingi huelezwa kama wazo badala ya hatua halisi za kuishi maisha ya kiroho. Kweli, ijapokuwa wengi wanaweza kueleza utakaso ni nini, ni wachache wanaweza kueleza utakaso ni nini, ni wachache wanaweza kueleza ni vipi maisha ya kiroho yanapatikana.

Upungufu wetu wa mawazo na kutokuwa kwetu katika uhusiano wetu na Mungu ni mmojawapo wa shida. Mambo haya yanapuuzwa au yanafundishwa visivyo. Yale ambayo hatuyajui hatuwezi wafundisha wengine.

Picha Isionekanewa

Viongozi wa kanisa waridhika kuifunga tunu hii ukweli kwa njia ambayo ni wanafunzi wa vyuo vya Biblia na wanathiolojia wawezaifahamu. Hii ni kinyume na jinsi Yesu Kristo alivyotumia mambo ya kawaida ya maisha kuwasilisha ukweli muhimu kutuhusu. Kweli hizi muhimu, kisha, zinakuwa hazieleweki ila kwa wale wapendao vitabu vya dini. Hili ni la kuvutia kwa sababu yaonekana kuwa wasomi wa mambo ya dini (wanathiolojia) mara nyingi huwa ndio wakatili na wenye kupinga mafundisho haya. Pengine ukweli umefichwa kutoka kwa macho yao?

Kwa njia ye yote, watu wa Mungu wakiwa wameketi vitini au kwenye mikeka, ikitegemea mahali wanapoabudia, ijapokuwa wamependa kumjua Mungu, kwa sehemu kuu wanabaki wasiojua jinsi wanavyoweza kukua vyema katika uhusiano wao wa kipekee na Mungu. Wengine hata hawatambui kuhusu uhusiano walionao na Mungu. Ukweli wenye dhamani umefungiwa, haufikiki.

Kwa nasaha nzuri, kumekuweko na vuguvugu chache ambazo zimezingatia kukua kiroho, kama vile Keswick Movement, lakini nazo ni chache. Tunaweza pia fikiria kuhusu mikutano ya ufufuo ambayo ilibadili watu wa Mungu ambapo walifungua mioyo yao na mawazo yao kwa ukweli huu. Ninaweza, hata hivyo kama kulikuwa na kuhimiza zaidi kwa maarifa ukilinganisha na maelezo. -- hawakuhitaji kujifunza jinsi ya kuja mbele ya uwepo wa Mungu. Alikuwa hapo katika utukufu wake uliong'aa. Walihisi kwa urahisi.

Kumekuwa na mazungumzo mengi kuhusu karama na uponyaji. Zina umuhimu katika nyumba ya Mungu na kwa wengine huu ni ukweli uliopatikana lakini hamna kuangazia kanisa, ingawa kukua kwa kiroho hutokana na kukua kwa imani na miujiza. Hili hutendekea wachache wa watu wa Mungu ili kuimarisha imani ya msingi itakayosababisha kukua kiroho. Lakini sio utaratibu wa kawaida ambao Mungu hutumia kwa wengi wa watu wake. Hii ni kwa ajili ya kudhibitisha kazi za Kristo kwetu – na sio kuwa utimilivu wa vyote.

Mungu ana malengo makuu kupitia kwa miujiza. Miujiza ni mwanzo tu, kwa mfano, ingawa mtu aweza ponywa jeraha la mgongo na kumpata Kristo bado anastahili kuitawala hasira yake kwa nguvu za Roho Mtakatifu. Uponyaji uliifungua roho yake lakini hiyo sio sawa na uweza wa kuutawala ulimi wake wakati wa hasira. (Waefeso 4:16-29). Iwapo hatajifunza jinsi Roho Mtakatifu atamsaidia kwa hili, basi atamdunisha mke wake nap engine kuibeba riho ya ukandamizaji kanisani.

Nidhamu Ya Maandiko

Maendeleo ya Kikristo yamefanya vyema yanapotilia mkazo nidhamu ya Kikristo inayoambatana na kukua Kikristo, lakini wakati mwingi mkazo umo kwa utaratibu ijapokuwa ni muhimu, waeza sababisha kutokeza kusudi kuu. Je umewahi jipongeza ya kwamba uliomba au kusoma Biblia siku hiyo lakini ukapata kwamba haikuleta ufufuo katika maisha yako? Katika hali hii, marudio yalichukua nafasi ya ufufuo.

Kuhimiza waamini kukua ni kama mfano kuwaambia kwamba watafika waendeko wakiendelea na safari. Mwanzo walifurahi walipoingia kwenye gari na kuianza safari. Lakini baadaye, baada ya kuendesha zaidi na zaidi na bila kufika walikokuwa wakienda, walianza kupoteza mwongozo na kuuliza. "kwa nini ninafanya hivi?"

Mafundisho na elimu ya Kikristo yamefanywa vibaya sana kwa kutambua kule waamini wanaelekea na jinsi wataovyfika huko (na simaanishi mbinguni). Bwana alifanya ukweli huu kuwa rahisi na wa kueleweka. Kwa nini kanisa limekuwa dhaifu ilhali linasomesha ukweli huu? Kanisa linagaagaa katika kutofahamu kusikofaa na kutokuwa na kusudi, isipokuwa neno la Mungu bado linaweza kusoma na kufunzwa kwa urahisi. Wakati umewadia sio tu kujifunza mbali kusambaza umuhimu wa kuwa na maisha tele ya Kikristo. Yesu alisema katika Yohana 10:10 *"Mwivi haji ila aibe na kuchinja na kuharibu; mimi nalikuja ili wawe na uzima, kisha wawe nao tele"*. Petro alisema, *"Yeye mwenyewe alizichukua dhambi zetu katika mwili wake juu ya mti, tukiwa wafu kwa mambo ya dhambi, tuwe hai kwa mambo ya haki; na kwa kupigwa kwake mliponywa"* (1 Petro 2:24).

Somo

- Mungu anataka tufahamu kweli hizi na kuzishikisha kwa maumbile yake.

- Yesu na waandishi wa maandiko walitumia mifano hata kutumia neno 'uzima' kutusaidia kushika na kufahamu kweli zilizo muhimu kwa maisha yetu ya Kikristo.

- Kanisa lote kwa jumla bado halijashika wazo hili la maisha na kusudi lake.

- Taasisi za elimu ya Kikristo zimeficha ukweli uliomuhimu kutoka kwa wanafunzi wake, zikilemaza sio tu maisha yao mbali hatimaye kwa kanisa lile.

Kariri Na Tafakari

- Yohana 1:4
- Yohana 10:10

Zoezi

➡ Fanya bidii kueleza maisha ya kiroho na jinsi mtu hukua kiroho

➡ Ni nini lengo la maisha ya Kikristo? Onyesha dhahiri iwezekanavyo.

➡ Je, unawaona watu wakipata wingi wa maisha ya Kikristo katika maisha yao? Eleza jibu lako?

➡ Ni shida zipi ambazo zimeendelezwa kwa sababu ya mafundisho yasiyowazi yanayahusu kuendeleza maisha ya kiroho na utimilivu? Eleza kwa nini.

#5 Msukumo wa Maisha

Wepesi ni wema. Tena na tena imeshadhibitishwa ya kwamba wepesi ni wema. Na hii kweli hata kwa mafundisho ya kukua kiroho pia.

Mungu ametia kweli zilizo muhimu katika maisha kupitia kwa kanuni zinazoonekana katika maumbile. Hii ndio sababu Yesu alitumia mifano rahisi kutoka kwa maumbile kueleza kweli za kiroho amabazo hazingeeleweka vinginevyo. Maumbile kwa mfano yatupa taswira mzuri ya kukua kiroho. Ijapokuwa maisha ya kiroho ni magumu kueleza. Kwa sababu ya hali yake ya kiroho, bado twajua mambo mengi kuhusu mwanzo na kuendelea kwake.

Hebu kwa muda waza jinsi tunavyoishi kwa kweli. Umewahu kumwona mzazi ambaye huamka alfajiri na mapema kila asubuhi, kisha kuelekea kwa mwanawe na kumwambia, 'kua', 'kua', 'kua' hilo litakuwa jambo la kushangaza, sio kwa sababu hatutaki akue. Mzazi awaye ye yote huhofia iwapo mwanawe hakui vyema. Sababu ambayo hufanya tusitende hayo ni kuwa kukua huja kawaida, bila mipango yetu, kuhimiza kwetu au kuhofu kusio na maana. Ukuaji ni sehemu ya maisha. Maisha yajua jinsi ya kuendelea na kukua kivyake.

Ni vivyo hivyo katika maisha ya kiroho. Maadamu yapo, mtu haweza kuona kujitolea kwake ili kukua, lakini bila shaka yaweza kutatanisha.

Kuwepo Kwa Uhai

Roho wa Mungu ameunganishwa na mifano hii ya uhai kwa sababu Roho ni uhai. *"Naye ndiye aliyetutosheleza kuwa wahudumu wa agano jipya; si wa andiko, bali wa roho; kwa maana andiko huua, bali roho huhuisa"* (2 Wakiorintho 3:6).

33

Maisha ya kiroho huanza ndani ya muamini wakati Roho mtakatifu anampa maisha mapya (Warumi 5:5). Mara tu Roho mtakatifu yuaingia na kuishi ndani ya mwamini, mara hiyo huwa amewekwa katika njia ya maendeleo na kujieleza kama vile kukua kwa kawaida lengo lake sio kudhibitisha kuwepo kwake bali ni kuendelea hadi kukomaa.

Wakati waamini wanatambua hili, uoga kuhusu kukua kwao kiroho kunaweza kutengwa kando. Kuwepo kwa Roho mtakatifu ndani ya mwamini kunamhakikishia kwamba nguvu za kukomaa kiroho zimo tele. Badala ya kuwa na wasiwasi kama watakua kutokana na kulemewa au kushindwa kwa kale, waweza furahia ndani ya kusudi la Mungu la kukua na kisha baadaye kutafuta jinsi ya kutimiliza malengo yake.

Imani hubadilisha wasiwasi. Matarajio hupunguza kukosa mwelekeo. Msisimko huu huanza tunapoangazia kazi ya Mungu ambayo aliianzisha katika maisha yetu tulipo okoka. Hapa ndipo ufufuo huanza: huu ndio mwanzo wa imani yetu. Huu sio tu ukweli kwa mwamini binafsi bali wote wanaofundisha watu wa Mungu. Waalimu nao pia ni lazima wafahamu nguvu za kipekee za Mungu na kutafuta kazi za Mungu katika maisha ya waamini. Kile Mungu alichokianza atakiendeleza. Iwapo ametupa maisha mapya, hana budi kuyakuza na kuyaendeleza katika wakati wetu hapa duniani. *"Nami niliaminilo ndilo hili, ya kwamba yeye aliyeanza kazi njema mioyoni mwenu ataimaliza hata siku ya Kristo Yesu"* (Wafilipi 1:6).

Ufahamu Wa Maisha Ya Kiroho

Ni lazima tuweke makataa mepesi lakini muhimu kutoka hapa. Watu wengine hushangaa ni kwa nini waamini hawakui kiroho. Shida kuu na kukua kiroho mara nyingi hakutokani na tabia yake kama vile ilivyo katika maisha ya kawaida. Sisi tuko hai au la. Mtu hasemi "Mimi siko hai vya kutosha" ijapokuwa shida za kiafya zaweza adhiri ubora wa maisha.

Wakati mtu kwa kweli amezaliwa mara ya pili, maisha yake ya kiroho yapo na wingi wa matarajio, yakitumaini kukua.

Maisha ya kiroho ni sawa kwa wote. Tunapaswa tu kuhakikisha kwamba maisha yapo na kisha tuwe na ujasiri kwamba maisha yataendelea kwa ukamilifu, hatua kwa hatua. Hamna vitengo au daraja tofauti za maisha ya kiroho. Hatupaswi basi kuweka makataa kwamba maisha ya kiroho ya mchungaji ndiyo yenye ubora halisi kuliko yetu.

Wakristo waweza kua katika hatua tofauti tofauti lakini hii sio kutokana na nguvu au chanzo cha maisha. Kunazo sababu nyingine kwa ajili ya hayo.

Somo

- Waamini hawahitaji kujifanya kukua kana kwamba sio jambo la kawaida.

- Hamna vitengo au daraja tofauti za maisha ya Mungu. Mungu yuaishi kwa usawa kwa kila mwamini.

- Kubadilika hutokea wakati mioyo yetu yadhihirisha kumtamani Mungu ili mapenzi yake yaishi kukua na kufanya kazi ndani ya maisha yetu ya kawaida na ya kiroho.

Kariri Na Tafakari

- Wafilipi 1:6

- 2 Wakorintho 3:6

Zoezi

➡ Ni waamini wa kweli ndio waliozaliwa mara ya pili, sawa na "kuzaliwa toka juu". Je una uhakika kwamba umezaliwa mara ya pili; kwamba kumjua Mungu kunakopatikana katika msamaha wa dhambi kupitia kwa kifo cha Yesu Kristo msalabani?

➡ Tia alama na kisha andika tarehe na wakati kwa uweza wa fikira zako, ni wakati upi uliwahi kuwa mwamini – wakati maisha ya kiroho yalianza ndani yako. Kisha angaza kwa kueleza maisha yako baadaye toka hapo ukielekea mkono wa kulia. Mwelekeo huu wadhihirisha kukua kwa kipekee kunakotambulika ndani ya Mungu anavyokusudia kuleta ndani ya maisha yako.

➡ Soma Waefeso 1:13-14. Tambua jinsi Roho Mtakatifu anavyodumu ndani ya mwamini wa kweli. Mshukuru Bwana kwa ajili ya kazi yake ndani yako.

#6 Ishara za Maisha Mapya

Maisha ya kiroho, basi kama vile maisha ya kawaida, ni msukumo wa nguvu lakini za upole unaodumu katika maisha ya kila Mkristo mwamini. Tunapaswa kuhakikisha kwamba tunayo maisha hayo ya kiroho. Kumbuka kwamba Yesu anatuonya kwamba kunayo tofauti kubwa kati ya magugu na ngano, au wale wasio na maisha halisi kutoka kwa Mungu na wale walio nayo. (Mathayo 13:24-30).

Hapo mwanzo, tofauti hizo ni vigumu kuzitambua. Ninadhani ni kweli kuhusu maisha ya kawaida pia. Umefichika ndani ya mimba, lakini kunazo dalili za kuonyesha kuwepo kwa maisha. picha ya *sonograph* yawezaonyesha umbo la mtoto ambaye hajazaliwa na mzunguko ndani ya tumbo, ikitoa hakikisho kwa mama mtarajiwa kuhusu afya ya mtoto. Iwapo huu ni ukweli ndani ya tumbo, ni ukweli nje pia.

Mara tu baada ya kuzaliwa kwa watoto wetu, wakunga hufanya jaribio la *Apgar* kwa mtoto – wakipima afya ya mtoto kwa kukagua rangi ya mtoto, kupumua kwake, kupiga kwa moyo, kujipinda na hali ya misuli. Haya yote yanaashiria kuwepo kwa uhai.

Katika ullimwengu wa kawaida, tunaeleza mzunguko wa mafungu makubwa, kama vile maji au hali ya hewa kama vile mkondo wa upepo – ni kubwa zaidi kiwango ambacho zawezahisiwa kwa urahisi au kuonekana. Twaweza ona mawingu yakipaa au tawi likichukuliwa kwa mkondo wa mto.

Yesu alinganisha mwendo wa Roho wa Mungu na upepo na pia maji. Yohana 3 inaashiria upepo. *"Upepo huvuma upendako, na sauti yake waisikia, lakini hujui unakotoka wala unakokwenda; kadhalika na hali yake kila mtu aliyezaliwa kwa Roho"* (Yohana 3:8).

Katika Yohana 4, Yesu anatumia mtiririko wa maji kutusaidia kufahamu vyema maisha ya kiroho. *"Lakini awaye yeyote atakayekunywa maji yale nitakayompa mimi hataona kiu milele; bali yale maji nitakayompa yatakuwa ndani yake chemchemi ya maji, yakibubujika uzima wa milele"* (Yohana 4:14).

Mifano hii inaeleza ufahamu fulani kuhusu nguvu za asili za maisha, kila ikizungumzia kuhusu urembo na nguvu za maisha pamoja na mkondo wake. Yesu anaelezea Roho katika Yohana 3 kama upepo uvumao kutoka upande huu au upande ule. Nguvu hizi zimeelekezwa badala ya kutawanyika, na vivyo hivyo katika maisha ya kiroho – tele na huru, lakini yenye kusudi sana.

Uonyesho La Kazi Za Roho

Yohana 3:8 yaeleza vyema kwamba mwamini 'amezaliwa kwa roho'. Maisha yake ya kiroho yanatambulikana na kuwepo kwa Roho ya Mungu. Maisha ya kiroho, basi yatakuwa na aina na 'dalili za uhai' amabazo zimeunganishwa na uwepo wa Roho Mtakatifu. Hapa zimo dalili chache za maisha haya ambayo yanachochewa na Roho.

- Shauku la neno la Mungu.
- Hamu ya kuwa na waamini wengine wakristo
- Nia ya kuzungumza na Mungu (Maombi)
- Kufahamu kuwepo kwa dhambi
- Haja ya kupata msamaha kupitia Yesu Kristo
- Hisia zinazokua kwake Mungu na njia zake
- Kufahamu kuwepo kwa wengine na kushughulikia mahitaji yao

Orodha hii yaweza endelea, lakini tumehesabu hizi kusisitiza kwamba maisha mapya ndani ya Kristo yajidhihirisha kupitia kwa shauku na ufahamu wa kimsingi, kama vile mtoto mchanga hupumua, husonga, hulia na huona njaa. Yesu alisema, *"Basi zaeni matunda yapasayo toba"* (Mathayo 3:8).

Je alimaanisha nini? Yesu alikuwa akisema kwamba iwapo walikiri kuishi ndani ya Mungu, basi kunapaswa kuwa na ishara za maisha zikidhihirika ndani yao. Katika hali hii, watu wangekuwa wanafahamu kuzihusu dhambi zao na kunyenyekea badala ya kuwatendea watu vibaya, wangewashughulikia vyema. Kunazo ishara nyingi za maisha mapya. Nyingine ni dhahiri kuliko nyingine, kulingana na mazingira. Shauku hizi zinatokana na maisha mapya yaliyotokana na Roho Mtakatifu aishiye ndani ya roho zetu. Zitaunda mawazo yetu na tabia zetu wakati unapoendelea na hivyo kufanya matendo yetu ya kiroho kuwa dhahiri kwa wengine.

Somo

- Upepo na mito yatufundisha kuhusu uwepo, kusudi na nguvu za Roho Mtakatifu

- Maisha mapya hutokana na uwepo wa Roho ndani ya mioyo yetu

- Maisha ya kiroho, kama vile maisha ya kawaida, hudhihirisha ukweli wake kupitia ishara kadhaa zinazotarajiwa.

- Ishara hizi za maisha ya kiroho zitakuwa dhahiri kwa kila mwamini wa kweli ingawa zaweza dunishwa au kuharibiwa kwa kuendelea kutenda dhambi.

Kariri Na Tafakari

- Mathayo 3:8
- 1 Yohana 3:10; 23-24

Zoezi

➡ Waza kuhusu wakati ulipompokea Yesu. Rejelea ishara za maisha zilizotajwa hapo awali. Je, unaweza kuzitambua katika maisha yako? Zitaje zilizo muhimu.

- •

- •

- •

- •

➡ Na je leo? Ishara hizi zastahili kuwepo hata leo. Ndio majaribu, kujitenga na Bwana kutazidunisha, lakini ni kipi kilicho cha muhimu kwako? Iwapo mmojawapo wa dalili hizi za maisha ni za kweli kwako, ziandike karibu na picha hii iliyopo hapo chini.

➡ Baada ya kuziandika taja kila mmojawapo katika maisha kama vile. "Nalipenda neno lake Bwana". Hizi ni shauku kuu ambazo sasa ni za kweli kukuhusu iwapo umezieleza vyema au la. (Kuziombea ni jambo muhimu sana).

➡ Iwapo shauku hizo sio za ukweli kukuhusu, basi kunao uwezekano kuwa bado hauna Roho wa uhai ndani yako. Unapaswa kumpokea Bwana. Mwite Mungu wetu akuokoe kupitia kwa Yesu Kristo.

➡ Jinsi wakati unavyokuruhusu, soma Yohana 3:1-8 na Yohana 4:10-14 kama vitambulisho. Tafuta kifungu cha maneneo ambacho kinalinganisha Roho na upepo na maji ikitukumbusha kwamba Roho Mtakatifu ndiye chanzo cha maisha ya milele.

#7 Mwanzo wa Maisha

Maisha ya kiroho basi kama vile maisha ya kawaida ni msukumo wa nguvu zinazodumu katika maisha ya kila mwamini mkristo. Ukiisha kutambua maisha mapya huanza kujidhihirisha kupitia njia tofauti.

Maisha haya ni kama vile maji ya mto mkubwa yanakutanika na kuelekezwa. Nguvu hizi za maisha hauelezi kwa mfano, kuwazia wengine mabaya. Hii ni kwa sababu mwanzo wa nguvu hizi ni Roho Mtakatifu, Mungu mwenyewe kuzaliwa ndani yetu.

Yesu asema kwamba tumezaliwa mara ya pili au kuzaliwa kutoka juu. *"Yesu akajibu, Amini amini nakuambia, Mtu asipozaliwa kwa maji na kwa Roho, hawezi kuuingia ufalme wa Mungu"* (Yohana 3:5-6). Nguvu zetu mpya zatokana na Mungu mwenyewe. Maisha haya mapya basi ni sawa na Roho Mtakatifu aishiye maisha yake ndani yetu. Hii ndio sababu mara nyingi maandiko huashiria mwamini kuwa ana 'maisha mapya ya kiroho'au roho (kutokana na neno sawa na kigiriki katika Biblia).

Roho Wa Mungu Akifanya Kazi Ndani Yetu

Ufahamu huu ni muhimu kwa sababu kwa njia hiyo tunaona njia tofauti ambazo Roho wa Mungu hutusaidia kila wakati. Anataka kutufanya kama Baba, kwa hivyo anatumia nguvu zake kutufuatilia kwa malengo haya. (Hizi sio nguvu za kutumika mbali ni Mungu mwenyewe). Vile vile Roho hatumii nguvu zake kutusababisha kutenda mabaya, maovu au kitu kingine kinyume na kusudi lake nzuri na takatifu.

Mara nyingine maisha yetu ya kikristo ya pambanuliwa kwa kutambulika kwa yale Roho Mtakatifu hutaka tutende ndani na kupitia kwa maisha yetu na kisha kwa imani kuyatekeleza.

Nguvu za Roho ni kuu. Hatuwezi kuzifuga (yaani yeye) au kwa mafikirio kumbana nazo, ingawa tunaweza mhuzunisha (Waefeso 4:30). Matumaini yetu mema, kama vile chelezo, ni kuweka nguvu zetu zote katika kusalia imara katika mkondo wa Roho aliye mkuu.

Somo

- Roho Mtakatifu ndiye chanzo cha nguvu za maisha mapya, akituhimiza na kutupa nguvu kuyatenda yote yale Mungu anayopenda.

- Hatuhitaji kuwa wenye nguvu. Sisi ni kama waelekezi wa chelezo na twahitaji kuendelea na kutenda yale Roho wa Mungu ayataka katika maisha yetu.

Kariri Na Tafakari

- Yohana 3:5-6
- 1 Yohana 5:1,4

Zoezi

➡ Taja mambo matatu ambayo Roho mtakatifu anataka uyafanye

-

-

➡ Sema ombi kwa Mungu. Mshukuru yeye kwa kukupa nia ya kumpendeza yeye, na kuyatenda mambo haya. Muulize Mungu akupe hekima, nguvu na msaada wa kipekee ili kupitia uwezo wa Roho uweze kutekeleza matendo haya kwa utukufu wa Mungu.

#8 Mfahamu Roho

Mkondo wa mto mkubwa ni mmojawapo ya njia za kuonyesha nguvu zinazitiririka katika maisha ya mwamini. Nyingine ni upepo mkali uvumao. Ijapokuwa dhoruba yawezakuwa na upepo wa ghafla, zote ni sehemu ya tufani kuu ambazo ni utaratibu mkubwa. Upepo unayo majina na huendelea katika mpangilio fulani.

Mikondo hii yenye nguvu hutusaidia kuwaza kuhusu kazi ya Roho Mtakatifu katika maisha yetu. Kwanza kama vile tuliwasilisha katika sura iliyopita, kumbuka kwamba Mungu anatimiza makusudio yake. Kati ya tufani, twaweza changanyikiwa ni mwelekeo upi upepo unavuma. Hata hivyo, hatupaswi kuwa na wasiwasi. Mungu yumo katika usukani hata wakati nguvu za uovu ziinukapo. Jukumu letu ni kudhibitisha makusudio makuu ya Mungu na kutekeleza wajibu wetu mdogo lakini muhimu. Thibitisha kwamba unataka kutumika kwa makusudi ya Mungu haijalishi hali yetu yaonekana ngumu kiasi kipi. Kumbuka kwamba sisi sote tunazo nguvu za kutekeleza makusudi ya Mungu. Twahitaji pamoja kudhibitisha nia yetu kumpendeza Mungu lakini pia kuzitegemea nguvu zake.

Kuinuka kwa upepo kunatupa taswira ya jinsi twahitaji Roho wa Mungu atusaidie. Tai wanayo mabawa yenye nguvu lakini bado wanahitaji mkondo wa hewa ya joto kupenyeza chini ya mabawa yake ili kuwainua.

Ninaye rafiki ambaye huanika tiara angani (tazama picha). Sitaki kufanya hivyo. Tunao uamuzi iwapo tuanike tiara au la, lakini sio kwa kuishi pamoja na Roho wa Mungu. Swali ni," Je, twafahamu vipi kuhusu kazi za Mungu zenye makusudio maishani mwetu?" Imani ya waamini wengi hapo ndipo husitasita kusema "sijui ni nini Mungu anatenda."

"Bali wao wamngojeao Bwana watapata nguvu mpya; watapanda juu kwa mbawa kama tai; watapiga mbio, wala hawatachoka; watakwenda kwa miguu, wala hawatazimia" (Isaya 40:31)

Hatua Zisizowezekana Maishani

Kila wakati Roho atatuongoza kuyatenda mapenzi ya Mungu. Wakati mwingine hatua hii itatuongoza katika njia ionekanayo kuwa haiwezekani. Ni kwa nini ionekane kwamba haiwezekani?

- huonekana kubwa kuliko uwezo wetu
- Kupungukiwa na wakati
- Upinzani kutoka kwa familia na marafiki
- Upungufu wa uwezo na karama
- Ukosefu wa ujasiri

Orodha hii yaweza endelea sana. Hata hivyo roho wake nyakati zingine atatuelekeza kwa hali ngumu. Je, umewahi kukumbana na mtu mgumu? Bila shaka. Unaweza kuwa na uhakika kwamba pia atakupa subira au cho chote unachohitaji ili kumpenda. Hii ni ishara ya njia ya Mungu – akituuliza kuenenda zaidi ya uweza wetu wa kawaida ili tuhitaji kumtegemea.

Mara nyingi twataka kuelekea kwenye mvuto wa kawaida ikitegemea utu wetu na tabia zetu. Watu wengine wako na ujasiri wa kila kitu – kama Petro. Kila mara hawafanikiwi. Wengine ni waoga kama vile Tomaso. Watakata tamaa kwa sababu ya shaka.

Lengo letu hapa sio kukuonyesha jinsi ya kufanya na Roho wa Mungu, lakini kuangazia jinsi yeye hutenda kazi na kwamba twahitaji kutegemea msaada wake. (tazama kitabu chetu cha daraja ya pili ya mafundisho ili kuelewa vyema utaratibu wa kukua kiroho na vita – *Reaching Beyong Mediocrity*). Ni Mungu pekee aliye na nguvu, hekima na maono ya kujua jinsi atakavyotekeleza mapenzi yake, hasa na adui mwerevu kama shetani anayetaka kutumaliza.

Endelea Kuwa Macho Na Mwaminifu

Yesu alisema *"Kesheni, mwombe, msije mkaingia majaribuni; roho i radhi, lakini mwili ni dhaifu"* (Mathayo 26:41).

Mwamini wa ukweli anatamani kumpendeza Mungu, lakini mara kwa mara tunaanguka majaribuni wakati hatuoni jinsi Mungu anaweza kutusaidia kukumbana kila hali. Twahitaji sio tu kumtegemea Mungu katika maombi ili kupambana naye ale atakayo lakini pia kujifunza jinsi ya kupata imani, nguvu na hekima kutoka kwake. Wakati tunapoanza kuomba, twaweza kuwa hatuna mambo haya yote yanayohitajika, mbali tukija kwake kwa maombi, atatutimizia.

Mapenzi ya vitu vya Mungu na kutamani kukumbatia vitu vya Mungu vyote vyatokana na Roho Mtakatifu aliyetiwa ndani yetu hapo mwanzo tulipomwamini Kristo kwa ajili ya wokovu na kuzaliwa mara ya pili. Hatuhitaji kuvumbua au kutengeneza hisia hizi kwa juhudi yetu wenyewe. Mwamini mpya anaweza mwabudu Mungu kwa undani sawa na mkristo aliyekomaa. Hatuhitaji kushindana ili kukuza hamu hii lakini hali ya kutatanisha huja wakati tunapojiuliza ni nini tunachopenda, sisi ni akina nani na ni yapi tunastahili kutenda. Kuupata ukweli wa Mungu kunabainisha sisi ni nani hasa ndani ya Kristo. Wakati huo yule mwovu akitafuta kutuvua utu wetu.

Mungu ndiye nguvu zetu. Upepo huo wenye nguvu unatubeba tunapozidi kudumu katika kanuni zake na kumwita yeye atusaidie.

45

Somo

- Mungu anataka tumtegemee kwa hekima, wakati, nafasi na mambo mengine ili kuifanya kazi yake

- Bwana anatamani kwa hamu kutupa kile tunastahili kuwa nacho ili kuyatenda mapenzi yake, lakini twaendelea kutegemea nguvu zetu ambazo zitashindwa bila shaka.

- Wakati mwingine tunakumbana na watu na hali ngumu lakini Bwana yungali pamoja nasi kutusaidia ili tufaulu, hata iwapo muujiza utahitajika.

Kariri Na Tafakari

- Mathayo 26:41
- Zaburi 5:3
- Isaya 40:31

Zoezi

- ➡ Ni kwa njia zipi una mazoea ya kuzitegemea nguvu zako mwenyewe kuitenda kazi ya Mungu na kisha kufadhaika na kushindwa?

- ➡ Je wewe una utu wa namna gani? Je, huu utaadhiri vipi jinsi utakavyo jikwamua katika hali ngumu?

- ➡ Ukizingatia Mathayo 26:41, je unakesha na kuomba wakati unapo kumbana na hali ngumu au ni nidhamu yako ya kiroho ya kila siku? Fafanua.

Mwanzo wa Maisha na Wewe

Kifungu #9-18

#9 Kupata Kufahamu

Baada ya kutaja jinsi vile Roho hutenda kazi kwa jumla, tunahitaji kutazama kazi yake katika maisha ya mtu binafsi. Baadaye katika sehemu ya mwisho ya kitabu hiki, tutapata mtazamo mwingine kutoka upande wa mkufunzi.

Katika maisha ya kawaida, mara nyingi hatuhisi uwepo wa maisha. Ijapokuwa twaongozwa na kuhusishwa na nguvu hizi kuu za maisha, ni kana kwamba hatuelewi kuhusu uwezo wake wa kutupa uhai kila wakati.

Kufanya miungano

Wakati wa kubaleghe, vijana wa kiume na wa kike wanajishughulisha sana na mabadiliko miili yao inayopitia. Wanaangalia kwa makini miili yao inavyobadilika na faida yao, lakini hawafikirii kuyahusu maisha yaletayo hayo mabadiliko. Kwa sababu hiyo, vijana hujishughulisha wao ni akina nani. Baadaye katika maisha, watu wanaanza kuangazia ni nini walicho nacho. Ni wachache wanaowaza ni kwa nini waweza kukua hadi utu uzima au baadaye kupata kazi. Shughuli za kila siku zimepofusha ufahamu kutanabahi kwa maisha ya kiroho na ya kawaida.

Ukosefu wetu wa maarifa na kutojishughulisha na maisha ya Mungu, mwenye pumzi ya nguvu aliyo tupulizia, kunatufanya kutofurahia siri kuu ya maisha. Kutokuwa na shukrani kunasababisha kuishi maisha ya kujitawala wenyewe ambayo mwisho wake ni kiburi.

Hii ndio shina ya maisha ya leo yenye kutamani mali na anasa. Ikiweko dhana kwamba vyote vilivyomo vyaelezwa katika hali ya chembechembe na vitu, hamna tena haja ya kuangalia nguvu zinazosukuma maisha yao. Kwa urahisi wanaziba wazo la Mungu kuhusika katika maisha ya ulimwengu huu, ijapokuwa wanamtegemea yeye kwa kila kitu walichonacho.

Shida Ya Kiroho Iliyofichika

Ukosefu huu wa maarifa umekithiri kanisani pia lakini katika kiwango tofauti. Hatutilii maanani nguvu hizi zinazotutia nguvu katika maisha yetu. Twaanza kuangazia zaidi yale tuyaonayo na kuyashika kuliko yale yawezeshayo maono yetu na kujitolea kwetu.

Nyakati zangu kumekuwa na ushawishi wa Mungu ambao umehusisha kanisa. Kitabuni *'Body of Life'* chake Ray Stedman kiliwafahamisha watu wa Mungu kuhusu karama zao za kiroho na pia kuhusu roho wa Mungu awawezeshaye watu wa Mungu kwa ajili ya karama hizi. Uhusiano kati ya mambo haya mawili ulikuwa sio tu kutenda kazi mbali kwa mafunzo ya dini. Watu wa Mungu walibarikiwa lakini maendeleo haya machache yalikuwa mafupi na yalifichwa na maendeleo mengine ya kidini.

Vuguvugu la uchangamfu wa neema kwa njia ile ile limeunganisha karama za kiroho na Roho Mtakatifu lakini lilikuwa pana zaidi; likisambaa duniani kote. Watu wakaanza kuwa na masomo ya Biblia, maombi hata katika makanisa yaliyofifia. Haikujalisha mtazamo wa karama hizi na bila shaka kulikuwa na himizo la ishara katika sehemu nyingine, kujishughulisha huku kupya juu ya kazi za Roho katika maisha yetu kulileta uhai tena katika utaratibu wa makanisa yaliyokufa.

Kiasi kile tuendeleapo kutenganisha kumfahamu Roho wa Mungu aliyehai afanyae kazi ndani yetu, ndivyo tuendeleavyo kufa kiroho; kujua kuhusu kanisa hakutufanyi kuwa mshiriki wa kanisa. Na pia kujua mengi kumhusu Mungu hakutufanyi kumjua Mungu. Ni vyema tukijua mambo haya, lakini kupuuza umuhimu wa nafasi kuu ya Mungu katika maisha yetu au mafundisho yaweza kuwa kikwazo kikubwa. Upofu wa kiroho unaitwa kutoamini na utatuzuia kupata ushindi.

Ufufuo Wa Kale

Ufufuo wa awali ulirejesha ufahamu mkuu wa uwepo wa Mungu. Watu walijua kwamba sio tu yale waliyoyatenda yaliyoleta utofauti, lakini Roho Mtakatifu akitenda kazi ndani na kupitia kwetu. Ufahamu huu wa Roho wa Mungu akitenda kazi kupitia kwa maisha yetu ni muhimu. Upuuzapo hilo, uhasibifu hutokea; kama vile: kufuata dini, kiburi cha neno la Mungu, uchovu wa Kiroho na kushuka kwa kanuni za maadili. Matokeo yake yote ni kutoelewa vyema jinsi Mungu hutenda kazi ndani yetu.

Imani inayotokea yakaribiana na dini ya kibinadamu. Kuangazia kwote kuko kwa juhudi na mawazo ya mwanadamu badala ya Mungu. Haya ndio tuyaonayo katika jamii leo - ulimwengu unaojifikiria pekee.

Kuamini Kwamba Mungu Hayuko Kwa Kweli

Nimetumia kifungu hiki " Kuamini kwamba Mungu hayuko kwa kweli" Kueleza mawazo ya waamini wengi kwa miaka mingi – waamini wanaoendeleza maisha yao ya kikristo bila kutambua uwepo wa Mungu. Mwaandishi wa zaburi akitahadharisha watu wa Mungu wasiishi kama watu waliongooza na tamaa zao – kama wanyama wa porini. Zaburi 49:20.

Wakristo wanakumbana na hatari kuu ya kuishi bila ya kutambua uwepo wa Mungu ukihuisha maisha yao. Mungu anajua siri na mwamini anaweza kuendelea bila kufaha hili kwa kweli. Hilo pia ni la kweli kwa wale wanaotumikia Mungu. Waweza hubiri, fundisha, eneza injili bali wasifahamu utendakazi wa kina wa Roho. Lazima tuulize "Je Mungu ni sehemu ya utasatibu wa imani yao? Je, matendo ya kidini yaweza endelea bila Mungu?" Iwapo ndio basi haidhirishi kwamba kujitambulisha kwa ni pamoja na mwanadamu badala ya Mungu. Mmojawapo ya mategemeo muhimu ambayo lazima tuyarudishe kanisa ni ufahamu wa kila kazi ya Mungu ndani ya mwaamini. Sio tu mtu kutoa sadaka, kuenda kanisani na kusaidia masikini. Tunaishi katika uwepo wa Mungu, na anatekeleza mapenzi yake mazuri kupitia maisha yetu.

> "Mpumbavu amesema moyoni, hakuna Mungu; wameharibu matendo yao na kuyafanya chukizo, hakuna atendaye mema. Toka mnbinguni, Bwana aliwachungulia wanadamu aone kama yuko mtu mwenye akili, amtafutaye Mungu. Wote wamepotoka, wameoza wote pamoja, hakuna atendaye mema, la hata mmoja. Je! Wote wafanyao maovu hawajui? Walao watu wangu kama walavyo mkate. Hawamwiti Bwana" (Zaburi 14:1-4).

Kutafuta uwepo wake

Ufufuo huja wakati tunapojitahidi kurejesha mahali hasa pa Mungu katika maisha yetu. Huku tungalitujitegemea wenyewe, tunajiendeleza wenyewe na rasli mali zetu wenyewe ni utukufu mdogo. Haupo utukufu utakao mrudia Mungu.

Wakati basi tunapokosa matumaini, sisi humwita yeye. Tunapokuwa na ufahamu wa uwepo wake na kupata majibu ya maombi yake, basi kuabudu kwa kweli huanza. Hivi ndivyo Mungu hutumia nyakati ngumu katika maisha yetu ili kuturudishia ujana wetu (Zaburi 119: 23-24) Ni kipi kingetendeka, hata hivyo, iwapo tungeutafuta uso wake kila wakati badala ya kusukumwa na kuchochewa na matatizo?

Jamii zetu kwa jumla zimeanza kuwaza kuhusu maisha kana kwamba Mungu hatendi kazi. Mawazo hayo ya kawaida yapenya kanisani ambapo tunaona tofauti finyu katika ya ulimwengu na wanafikiri kuwa wamini.

Somo

- Wanadamu, wakiwemo wakristo wengi, wanaishi pasi ufahamu wa nguvu za Mungu za kimwili na kiroho.

- Pasipo kufahamu nguvu za Mungu katika maisha yetu, mioyo yetu inaganda na majivuno huingia.

- Tunapoangazia uwepo wa Mungu katika maisha yetu basi tunakuwa wanyenyekevu, wenye shukrani, wenye kumfanya Mungu kuwa ndiye mkuu na kumtegemea yeye vyema.

Tafakari Na Kariri

- Zaburi 14: 1-2
- Wafilipi 3: 17-19

Zoezi

➡ Kagua maisha yako uone dalili za kujitawala mwenye kando na Mungu. Je unaishi maisha ya kikristo au unaendelea na huduma yako bila haja ya msaada wa Mungu na uongozi wake kwa yale unayotenda au ilivyo? Eleza.

➡ Chunguza ufahamu wako kwa wanaokuzigira (waendao kanisa au la)

#10 Makaribisho

Wakati Mungu yu hai katika mioyo na mawazo yetu, tunatafuta uwepo wake kila wakati. Yohana asema hivi kwa njia ya ajabu katika kifungu cha kwanza cha injili yake. Anazungumzia maisha haya (1:4) ambayo yalikuja katika ulimwengu na anayatambua maisha haya na mwanga kuwa Yesu Kristo katika Yohana 1:14.

Mistari iliyotangulia inavutia *'Bali wote waliompokea aliwapa uwezo wa kufanyika watoto wa Mungu, ndio wale waliaminio jina lake; waliozaliwa, si kwa damu, wala si kwa mapenzi ya mwili, wala si kwa mapenzi ya mtu, bali kwa Mungu'* (Yohana 1:12-13).

Wale ambao wampokeao ndio ambao Mungu aliwapa maisha mapya – Mungu aliwazaa upya katika roho yake na akaleta maisha mapya kuwepo.

Hawa ndio wale ambao humpokea au humkaribisha. Neno la Kigiriki lililotumiwa hapa ni sawa na mwenyeji ambaye humsalimu na kukaribisha mgeni nyumbani kwake.

Ni tofauti iliyoje kati ya mtu awakaribishaye na kuwatumbuiza wageni na yule hata hatambui uwepo wa wageni. Mungu haishi tu karibu nasi kama kawi au nguvu. Ni mtu na tunamkaribisha, twampendeza na kumfanya ajihisi nyumbani. Maisha ya wakristo shupavu yanapalilia uhusiano unaokua ndani ya Bwana kupitia kwa Roho.

Kufahamu uwepo wa Mungu kisha kufuatwa na moyo ambao hukaribisha na kumtafuta yeye. Maneno 'kumtafuta yeye' yanatumiwa mara nyingi katika maandiko lakini hayatambuliki. Nimetafakari kuhusu haya mara nyingi nikitafuta kupata maana na matokeo yako.

'Kumtafuta Bwana kumeundwa kwa msingi kwamba Mungu yupo. Hapa ndipo imani yajitokeza kwa sababu hatumwoni. *"Lakini pasipo Imani haiwezekani kumpendeza; kwa maana mtu amwendeaye Mungu lazima aamini kwamba yeye yuko, na kwamba huwapa thawabu wale wamtafutao* " (Waebrania 11:6). Imani ndio uti wa mgongo ya maisha ya Kikristo na maelezo muhimu ya maisha yake. Palipo imani, pana maisha. Pasipo imani, hamna maisha ya kiroho. Mungu alisema kumhusu mfalme Rehoboamu *"Naye akatenda yaliyo maovu, kwa kuwa hakuukaza moyo wake amtafute Bwana* " (2 Mambo ya Nyakati 12:14).

Wakati mtu anapomtafuta Mungu, kutakuwapo sio tu ufahamu wa Mungu lakini hiyo hamu ya kumjua na kumpendeza. Kumtafuta kwetu ni kujieleza kwa hizo hisia ili kumjua yeye na mapenzi yake. Twataka kumjua yeye na kujifunza njia zake. Twatamani kuwa karibu naye na kushiriki kwa yale anayoyatenda.

Mwenyeji mwema huwafanya wageni wake wajihisi wamekaribishwa. Mgeni huwa sehemu maisha ya mwenyeji na nyumba yake kwa muda huo. Kwa mwamini mkristo uhusiano huu wa kibafsi na Mungu hauishi. Baada ya Yesu Kristo kuingia katika maisha ya mwamini huendelea kutafuta inamaanisha nini kuwa na mgeni, na kuendelea kuishi na mgeni maalum katika maisha yake.

Somo

- Hapo mwanzo mwamini humkaribishi tu Yesu maishani mwake, (yaani wokuvu) lakini maishani mwake mwote, huendelea kuimarisha ufahamu wa Kristo Yesu ambaye sasa yuashi ndani yake.

- Imani hutokana na hali hiyo mpya ambayo Mungu hutupatia. Imani inayokuwa inawakilisha kutambua na kukaribisha uwepo wa Mungu na kazi yake katika maisha yetu.

Tafakari Na Kariri

- Waebrania 11:6
- Yohana 1:12-13

Zoezi

⇒ Yarudishe mawazo yako wakati ule wa kwanza ambapo Mungu aliuufungua moyo wako kumwelekea. Waza kuhusu Yohana 1: 12-13 na kisha baadaye jinsi ulivyomfungulia roho yako.

⇒ Tafuta katika Biblia kifungu hiki cha maneno " Kumtafuta Bwana ".

⇒ Waza kuhusu wiki iliyopita. Ni kwa njia zipi, umemtafuta Bwana. Imekuwa ya umuhimu upi kwako?

Sio sana .... kidogo .... zaidi? .... Eleza.

#11 Imani Inayokua

Njia ambayo tunakiri, tafuta na kumfuata Bwana itadhihirisa jinsi tumekuwa kiroho. Matendo haya yanaeleza ukuaji wa kiroho kwenyewe , kama vile kurefuka, kukomaa na kuwa na nguvu ni viashiria vya kukua kimwili.

Waamani wanaotafuta uwepo wa Bwana hutumia na uhimarisha imani yao. Wale ambao hawamtafuti hawaishi kwa imani lakini waishi kwa kuona.

Waakristo wanazo changamoto mbili kubwa, kila mmoja ikihitaji kutumika kwa imani:

- Kujifunza jinsi ya kumrudia Mungu wakati mtu aangukapo.

- Bila kukoma, kumfuatilia Bwana hata mambo yakiwa ni mema.

Katika hali zote, imani inahitajika wakati mwaamini anaponyenyekeza moyo wake, akichanganya na kukiri kwa dhati, anaikuza imani yake ndani ya Bwana anapomtafuta.

Kinyume na Babake Sulemani mfalme Rehoboam hakuanza utawala wake vyema. Alikubali maoni ya marafiki wake baadala ya washashauri wenye hekima. Matokeo yake ni kwamba utawala wake ulitawanyika. Lakini hata baada ya changamoto hiyo, alipomtafuta Bwana, alibarikiwa. Ni baada tu ya miaka hiyo ya hapo mwanzo, alimgeukia Bwana.

"Wakati ufalme wa Rehoboamu ulipostawi na kwa imara, aliiacha torati ya Bwana, na Israeli wote pamoja naye" (2 Mambo ya Nyakati 12: 1).

Kifungu hiki kinaendelea kuhusisha moja kwa moja shida zake Rehoboamu alizokumbana nazo katika mwaka wa tano wa utawala wake na kutokuwa mwaminifu. *"Kwa sababu hawakuwa waaminifu kwa Bwana"* (2 Mambo ya Nyakati 12:2)

Bwana hata hivyo hakumwadhibu Rehoboamu alipomgeukia na kumwabudu tena. *"Na wakati alipojinyenyekeza, ghadhabu ya Bwana ikamgeukia mbali, asimharibu kabisa; tena yalionekanakatika Yuda mambo mema"* (2 Mambo ya Nyakati 12:12).

Kanuni zile ambazo Mungu hutumia kujishughulisha na watu wake, ni muhimu kwetu kujifunza lakini pia ni muhimu kujumuisha yale tunayoyapitia na taswira yote ya mpango wa Mungu wa mafundisho. Hii hutuwezesha kuelewa kwa haraka zaidi jinsi Mungu anavyojishughulisha nasi na jinsi tunavyoweza kuleta maendeleo.

Kanuni Za Imani

Vita vyetu vya kiroho hutegemea imani yetu; yale tunayoyaamini kumhusu Mungu wakati yanapohitaka. Wakati imani yetu ni dhabiti basi maisha yetu ya kiroho hukua. Wakati Imani yetu iko dhaifu tunang'ang'ana na kushindwa.

Nguvu za imani yetu ya kiroho hazitegemei habari za wakati uliyopita. Au iwapo tunaondoka vyema au vibaya. Kukumbuka ni wakati Rehoboamu alipokuwa akiendelea vyema ndipo alipoanguka. Alivunjika na alimtafuta Bwana. Kukua kwetu vyema kiroho kunategemea jinsi tunavyo muhusisha Bwana.

Hii inaeleza kwa nini tunaweza kuanguka wakati mambo yetu ni shwari au wakati tuko chini, katika kuvunjika kwetu tunaweza kumwita Mungu kwa msaada maalum na kuupata. Nguvu zetu zinategemea imani yetu iliyopo kwa wakati huu.

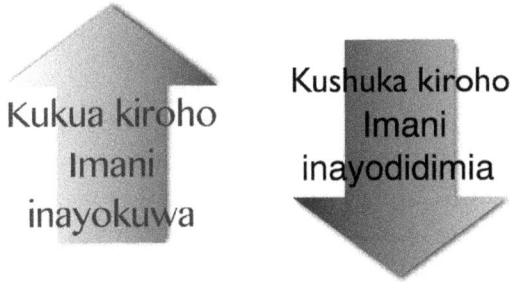

Kukua kiroho
Imani
inayokuwa

Kushuka kiroho
Imani
inayodidimia

Mungu anataka tujiepushe na kushindwa kiroho badala yake tubaki imara. Kila mara maandiko yanatuhimiza tubaki wima. Imani iliyo imara inapaswa kujifunza mambo yote kuhusu majaribu, na jinsi ya kuangazia hali ya kubaki imara katika imani. Kujitia kati katika kila hali na jinsi mtu humtafuta Bwana huimarisha imani. Imani yetu inayokua inafunganishwa na kudhibitisha kwa umuhimu wa Mungu na kazi yake ili ikaongoze maamuzi yetu . Udhaifu wa kiroho una uhusiano na ukosefu wa imani kwamba Bwana ni muhimu kwa sehemu moja au nyingine ya maisha yetu.

Mabadiliko haya na nafasi hizi hutendeka kisiri katika mioyo yetu na mawazo. Katika kifungu kifuatacho, tutapata kelewa vyema jinsi maisha yanayovutia kutoka kwa Mungu hutegemea mambo kadhaaa ili kukua vyema. Mungu anaruhusu mambo kadhaa kuturejesha karibu naye.

Somo

- Kukua kiroho hububujika kutokana na kutumia imani yetu au kumtegemea Mungu.

- Kushindwa kiroho kunatokana na kutoaminii kwamba imani yetu ni muhimu au nzuri.

Tafakari Na Kariri

- Mambo ya Nyakati 2:12

- Mambo ya Nyakati 2:1-14

Zoezi

➡ Eleza imani yako ndani ya Mungu. Unapofanya hivyo kadiri ni kiasi kipi unadhani Mungu yumo katika maisha yako, ukitumia alama ya 0 hadi 10.

➡ Waza kuhusu wakati ulipokuwa ukirudi nyuma. Eleza wasiwasi wako wakati ule. Je, ulikuwa ukishuku baadhi ya kazi za Mungu na njia zake?

#12 Malengo ya Maisha Yetu

Kila nguvu zina mkondo na uweza wake. Kwa mfano, upepo unawezavuma kuelekea kaskazini mashariki kwa kasi ya maili sitini kwa saa. Huo utakuwa upepo mkali.

Nguvu zetu za maisha ni sawa. Miili yetu ya kawaida inakua kulingana na nguvu hizi za maisha na baadaye kutuwezesha kutenda kazi katika ulimwengu wa kisasa. Twaweza zungumza kwa simu za rununu au kushuka kutoka kwenye basi iliyojaa watu. Nguvu za maisha ya kiroho *humimia* maisha yetu ya kiroho kwelikweli. Ingawa hutenda kazi kwa kiasi kikubwa katika umbo na mawazo yetu ya kimwili, ina kusudi na nguvu zake kipekee.

Ili tukaweze kukua, ni vyema tukatofautishe mwelekeo au malengo ya maisha haya ya kiroho. Kisha badala ya kupingana na malengo ya maisha, twastahili kutenda kazi nazo. Nimetembea tembea katika mitaa ya Chicago siku za upepo mwingi wakati nimetumia nguvu nying hata kutembea. Upepo ulikua ukivuma kunielekea. Kwa upande mmoja, nimewahi kwenda kwa baiskeli kwa mwendo wa kasi bila hata kuendesha kwa sababu upepo mkali umekuwa ukinisaidia kutoka nyuma.

Kuyapanua Maarifa Yetu

Maarifa yamebaki kuwa hali kuu katika maisha ya kiroho. Kama tungeweza kuunganisha ufahamu wa yale Mungu ametenda katika maisha yetu na kujibidiisha kuyatenda hayo, basi mapigano mengi yetu ya kiroho yatatokomea.

Kwa kweli waamini wengi hawafahamu kuhusu ni malengo gani Mungu aliyonayo kwa ajili ya maisha yao. Baadhi ya haya ni ya kawaida.

Tunapochungulia nje kupitia kwa madirisha yetu, hatuoni mambo ya kiroho. Twaweza ona watu, magari, miti au vijinjia, lakini hatupati kuona malaika na mapepo. Kama upepo, Roho wa Mungu hawezi kuonekana kwa macho yetu. Twaona tu jinsi anavyobadilisha mambo katika ulimwengu wa kweli.

Macho ya mtumishi wa Elisha ilibidi yafumbuliwe ili awezekuona mambo ya kiroho. *"Kisha Elisha akaomba, akasema, ee Bwana, nakusihi mfumbue macho yake, apate kuona. Bwana akamfumbua macho yule mtumishi; naye akaona; na tazama, kile kilima kilikuwa kimejaa farasi na gari ya moto yaliyomzunguka Elisha pande zote"* (2 Wafalme 6:17).

Kupitia kwa kusoma neno la Mungu, tunaweza kupata jinsi ilivyo katika ulimwengu wa kiroho. Kwa mfano, twajua kutoka kitabu cha Waebrania kuwa takribani malaika mmoja husimama kando ya kila mtoto wa Mungu. (Waebrania 1:14).

Upepo Unavuma

Neno la Mungu halizungumzii zaidi kuhusu maelezo haya kwa undani, lakini linaangazia zaidi kuhusu kanuni – yale ambayo maishani mwetu kupitia nguvu za maisha ya kiroho. Paulo ameshatambua lengo hili kwa waamini *"Ambaye sisi tunamhubiri habari zake tukimwonya kila mtu, na kumfundisha kila mtu katika hekima yote, tupate kumleta kila mtu mtimilifu katika Kristo"* (Wakolosai 1:28).

Roho Mtakatifu ndiye uhai wa kiroho ndani yetu

Petro asema hivyo tofauti kidogo *"bali yeye aliyewaita alivyo mtakatifu. Ninyi nanyi iweni watakatifu katika mwenendo wenu wote; kwa maana imeandikwa, Mtakuwa watakatifu kwa kuwa mimi ni mtakatifu"* (1 Petro 1:15-16).

"Kukamilika ndani ya Kristo" na 'takatifu' ni njia mbili tu za kutoa mwelekeo wa upepo wa 'kiroho' unaotenda kazi maishani mwetu.

Tumekuwa tukitumia neno 'nguvu za maisha ya kiroho' tukilinganisha na nguvu za maisha ya kumwili kutusaidia kuelewa vyema, lakini kuna mengi zaidi ya haya. Kama vile Kristo kupitia kwa neno lake aliumba na kusitiri maisha ya kawaida, (Wakolosai 1:15-17), basi Kristo kupitia kwa Roho yake alitoa 'nguvu zake' ndani yetu.

Kufanana na
Kristo
Azma moja
Nia moja
Lengo moja

Mmojawapo wa shida tunazopata kama waamini ni kudhani kwamba maisha ya kiroho na maisha ya kawaida hutokea tu. Hiyo sio kweli. Nguvu za Mungu zatenda kazi ndani yetu kukamilisha mapenzi yake. Hii ni kweli kwa kila mtu na chochote kilichoumbwa. Vitu vyote ni vya kuleta utukufu kwa Mungu. Hii pia ni kweli kwa Roho Mtakatifu ambaye huwapa maisha ya kiroho wale wamwaminio Kristo.

> *"Nami nitamwoba Baba, naye atawapa Msaidizi mwingine, ili akae nanyi hata milele, ndiye Roho wa kweli; ambate ulimwengu hauwezi kumpokea, kwa kuwa haumwoni wala haumtambui; bali ninyi mnamtambua, maana anakaakwenu, naye atakuwa ndani yenu"* Yohana 14:16-17

Mungu yuko hai ndani yetu ili kutuwezesha kufahamu ya kiroho, kunena nasi, ili sote kwa pamoja tuweze yatekeleza makusudio yake makuu kupitia na ndani ya maisha yetu.

Somo

- 'Nguvu za maisha ya kiroho' hulingana na nguvu za maisha ya kawaida zinazoyaendesha maisha yetu.

- Nguvu za maisha ya kiroho zinatenda kazi katika maisha ni zile zile ambazo kama Kristo akitenda kazi ndani yetu kupitia kwa Roho Mtakatifu.

- Tunapokusudia kuunganisha mapenzi yetu na malengo ya Mungu katika kutenda kazi, basi maisha ya kiroho na yale ya kawaida, huyafanya mambo kuwa rahisi na lenye malengo.

Tafakari Na Kariri

- 1 Petro 1:15-16
- Yohana 14:16-17

Zoezi

➡ Umewahi kuwaza kuhusu Mungu akitumia Roho Roho Mtakatifu ili kutimiza malengo yake? Eleza.

➡ Kutoka Wakilosai 1:28 na 1 Petro 1:15-16 tu, ungesema Mungu anataka kutenda nini kupitia nguvu za maisha ya kiroho zilizoko ndani yako? Unaendelea vipi?

#13 Kutafuta Mwelekeo

Mungu ni mwenye juhudi kuishi ndani yetu ili kutusaidia tuwe kama Kristo. Huu ni ukweli wa ajabu na wa kushangaza, lakini bado twaweza kuchanganyikiwa. (Yule mwovu hufanya kazi maradufu kuhakikisha tumechanganyikiwa). Waamini wanaweza kuwa wamekanganyikiwa kwamba yamaanisha nini kuishi maisha kama ya Kristo au pia waweza kwamba haiwezekani kamwe, jambo ambalo limehifadhiwa la mbinguni.

Wanakumbana na matatizo ya kila namna na hawajui jinsi ya kuyatatua. Labda waamini hawa, kwa mfano, hawajui jinsi ya kuyashughulikia mahusiano ya kibinafsi. Wapatwa na machungu na kuwakasirikia wengine. Kisha mwishowe watakuwa hawana upendo.

Maisha ya kiroho ya mwanadamu huendelea sawa na maisha yake ya kimwili. Bila shaka mna tofauti, lakini kwa ujumla usawa huo unaturuhusu kupata kuona maendeleo ya maisha ya kiroho, katika hatua tofauti ya maisha ya mkristo. Ulinganifu huu ni muhimu kwa sababu nina shida kufahamu kanuni fulani za maisha ya kiroho mara hutazama ni yapi yanayotendeka katika maisha ya kawaida kwa wakati huo ili nipate mwongozo.

Tunapomwona mtoto mdogo, hatuweki juu yao matarajio yanayoambatana na mtu mzima. Huo utakuwa ni mzaha. Watoto hata hawawezi kujilisha wenyewe! Haya yatafika, lakini itachukuwa muda. Na vivyo hivyo na maisha yetu ya kiroho.

Yohana alitumia mifano ya maisha ya kawaida kutusaidia kuelewa kuwepo na pia kiini cha maisha ya kiroho. (Kama tulivyojadili kutoka Yohana kifungu cha 1, 3 na 5) Ametupa mfano mwingine wa kutusaidia unaofafanua maendeleo ya maisha yetu ya kiroho.

Katika 1 Yohana 2: 12-14. Yohana anatupa jawabu ya kuelewa hatua tatu za maisha ya kiroho. Hatua hivi tatu za maisha ni rahisi pia kwa undani kunapanua ufahamu wetu wa njia za maisha ya kiroho. Yale yanaonekana kuwa dhana iliyofichika, sasa huwa la kweli na dhahiri.

"Nawaandikia ninyi, watoto wadogo, kwa sababu mmesamehewa dhambi zenu, kwa ajili ya jina lake. Nawaandikia ninyi, akina baba, kwa sababu mmemjua aliye tangu mwanzo. Nawaandikia ninyi vijana, kwa sababu mmemshinda yule mwovu. Nimewaandikia ninyi watoto, kwa sababu mmemjua Baba. Nimewaandikia ninyi, akina baba , kwa sababu mmemujua yeye aliye tangu mwanzo. Nimewaandikia ninyi vijana, kwa sababu mna nguvu, na neno la Mungu linakaa ndani yenu, nanyi mmemshinda yule mwovu" (1 Yohana 2:12-14).

Kukua kamili kwa Mkristo

Hatua tatu za kukua kiroho }	Muumini aliyekomaa (Baba)
	Muumini mchanga (Kijana)
	Muumini mpya (Mtoto)

Mafungu haya *"watoto"*, *"vijana"* na *"akina baba"* ni mifano ya kawaida na yenye nguvu. Nimesikia watu wakiniuliza kana kwamba haya yanahusu kukua kiroho kwa sababu ya umuhimu wa kuendelea kimwili na miaka. Tunapotazama kwa makini kunayo maelezo yanayohusishwa na kila kitengo, hata hivyo Yohana anaashiria kwa tabia za kirohona sio za kawaida. *"Mshindeni yule mwovu"* na *"neno la Mungu lidumu ndani yenu"* yadhihirisha kwamba hayaashiria maisha ya kawaida lakini maisha ya kiroho.

Hatua Tatu Tu

Katika nyanja za maendeleo (kibayologia) kimawazo tumejifunza mengi kuhusu maendeleo ya kawaida. Kila mmoja wa hizi hatua tatu za maendeleo itatajwa kwa kifupi, lakini mwelekeo utakuwa jinsi zinavyoingiana na maisha ya kiroho kwa jumla. (Tunayo maelezo mengine ya kufundisha ambayo yametengwa ili kueleza na kutumia kila mmoja ya hatua hizi tatu).

Nguvu za maisha ya kiroho zinazopatikana kwa Roho Mtakatifu bila shaka huwaongoza wafuasi wa Yesu Kristo kufikia mabadiliko hadi ukamilifu wa mfano wa Kristo.

Hatua hizi tatu hutusaidia kufananisha yale ambayo yanastahili kutendeka katika kila hatua. Tunaposaidia ukuaji huu, waamini watakuwa wenye nguvu.

Wakati na iwapo tutapuuza majukumu yetu kujisaidia au kuwasaidia wengine kukua, imani italegea.

Tunapoyatazama makanisa yetu leo, hatuwezi kulaumu neno la Mungu au Mungu mwenyewe kwa ghasia au kutokuwa na mwelekeo kanisani. Kanisa limepuuza jukumu lake la kuwafanya wanafunzi. Tumaini letu hata hivyo, ni wakati tutakapoacha mzaha na kutaka kuwa kama Kristo na kutii yale Kristo ametuamuru, kanisa tena litaanza kupata nguvu. Wafuasi wa Yesu kama vile wanafunzi wa kale, wataitenda kazi yake kwa upendo wake.

Mungu alichagua kutuhusisha na njia ya maendeleo haya katika mawazo yetu kwa kutumia taswira inayo eleweka kwa urahisi, ni kuturuhusu tukue katika familia ili zitushauri. Katika vifungu vinavyofuata, tutaangazia njia ambazo hatua hutusaidia ili kumsaidia mwamini, sisi wenyewe na wengine ili kukua.

Somo

- Maendeleo ya kiroho ya waamini kwa njia nyingi ni sawa na maendeleo ya kawaida ya wanadamu.

- Unyonge wa kanisa hauhusiani na ukosefu wa nguvu za injili au neno la Mungu lakini ni kushindwa kwa watu wa Mungu kuwajibika kufundisha walio karibu nao.

- Kunazo hatua tatu za kuendelea kiroho: waamini wapya (watoto) waamini wa rika (vijana) na waamini waliokomaa (akina baba).

Tafakari Na Kariri

- 1 Yohana 2:12-14

Zoezi

➡ Soma 1 Yohana 2:12-14. Ni vikundi vipi vitatu unavyovipata? Angazia tofauti moja katika kila hatua ya kiroho na ya kawaida.

➡ Ni kwa utaratibu upi Yohana amezizungumzia?

➡ Je, unamfahamu mtu ye yote anayefunzwa? Iwapo la, wewe unadhani ni kwa sababu gani?

#14 Udadasi

Mara waamini wasikiapo kuzihusu hatua hizi tatu, na kutambua kwamba hakuna hatua ya nne, waanza kuwaza wamo katika hatua ipi. Ni sawa na kuonyesha watu picha ya mandhari au matembezi. Macho yetu yana tabia ya kuchungua yenyewe. Je mimi nipo wapi kwenye picha? Ninafanana aje?

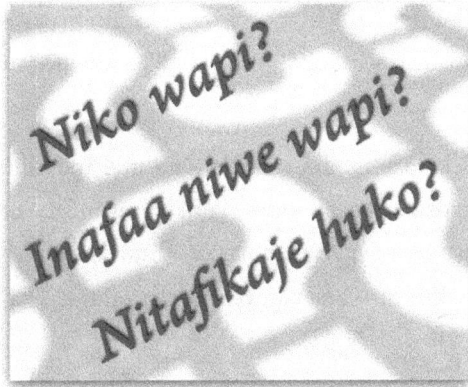

Niko wapi?
Inafaa niwe wapi?
Nitafikaje huko?

Wakristo huku wamejawa na upekuzi wa maisha yao wenyewe, wanataka kujua umbali waliofika. Waamini wengi hawajawahi kusikia kuzihusu hatua hizi za kuendelea kiroho, hivyo kuchochea hata hamu zaidi kwa wale yenye imani ilivyovuguvugu. Bwana pia ametumia mifano ya familia ambayo kila mwamini anaweza kuifahamu, kuikumbatia na kuwapa wengine kwa urahisi.

Tunapozungumza kuhusu hatua hizi, kunayo hatari kwamba mtu mmoja atajiona kuwa mkubwa au mwenye dhamana kuliko mwingine, hata kuwaza kwamba anastahili kuwanyoosha wengine (waweza waita msimamizi wa kiroho). Hii sio maana ambayo Yohana aliyonayo katika mawazo yake.

Badala ya kujilinganisha na wengine, tunapaswa kujitambulisha ni umbali upi nguvu za Roho Mtakatifu zimetuwezesha kuangaza mfano wa Kristo. Yote

73

kwa jinsi tunavyoyaongoza maisha yetu na pia kuelekeza ibaada na huduma zetu. Maendeleo haya mapya kwa maisha yetu ya kiroho yatatuongoza kuwaza ni kiasi kipi tumekua na ni njia zingine zipi twapaswa kukomaa zaidi. Tuwaze maisha yetu kama ya kijana mdogo ambaye anatamani atakapokomaa anataka awe kama baba yake.

Maono Mapya Ya Kukua Yahitajika

Waamini wengine, badala ya kuona ukuaji wenye afya, wameangukia ulegevu wa kiroho. Hawakui. Hawajui hata kwamba wanapaswa kuendelea kukua. Au iwapo hawafahamu hili, wanahisi wameshindwa. Wana shida katika maeneo kadhaa ya maisha yao na kiasi kikubwa wamekata tamaa ya kwamba waweza kuwa tofauti na jinsi wavyojiona sasa. Wanadhani kuwa hapa ndipo watakaposalia.

Zaidi kama kuuelekeza mzabibu unakua hata utakapotambaa, ndivyo hivyo twapaswa kuyaongoza mawazo yetu. Tunapounganisha ufahamu wetu wa maisha ya Mungu yenye nguvu pamoja na kusudi maalum kwetu katika kila hatua ya maisha ya kikristo, basi twaweza inuka zaidi katika kuendelea kwetu kiroho.

Kama vile kukua kwahitaji bidii kwa maisha yetu ya kawaida ilituwezesha kufikia utu uzima, vivyo hivyo pia katika maisha yetu ya kiroho, kuufahamu ukweli huu huongeza imani yetu na kusababisha tukue kiroho.

Msururu wa mawazo ambayo hujenga matarajio yetu ya kiroho kwaweza kuwa hivi:

- Roho Mtakatifu bado yungali ananivuta nipate kuendelea kiroho kwa ukamilifu. Bado hajakata tamaa nami.
- Aaaah, ni wapi nilichukua mkondo mbaya?
- Mungu yuna mpango nami.
- Mungu amenitayarisha kukua hadi kukomaa.

- Mimi niko wapi?

- Ni hatua ipi yangu ya kuendelea kukua?

- Ni vipi naweza kuendelea kukua?

Haya ni mawazo machache ambayo yamesababishwa na mafundisho mema ya neno la Mungu kwa maisha ya kiroho. Ukweli huu unamrudisha mwamini hadi mkondo mwema ambao imani yao ndani ya kazi ya Mungu itawashwa tena.

Tumaini Lilnalokua

"Unamaanisha unataka niwe kama Yesu? Utanisaidia kuelewa ni kipi ambacho kwa kweli kinamaanisha kwangu, na utanionyesha njia kuelekea huko? Je ni hatua ipi kwangu?"

Mawazo haya yanazaa imani, matarajio yakiwa mwamini anaweza na anastahili kukua zaidi kiroho.

Sasa wanawaza kuhusu kuendelea kiroho na kuanza kuangalia malengo Mungu ameweka kwa niaba yao badala ya matatizo ambayo yamekuwa yakiwakumba. Matumaini ya mabadiliko huanza kurejea. Pamoja na ongezeko la imani, wanayo matumaini kwamba Mungu atawasaidia kuendelea kukua.

Kila mwamini, hatua kwa hatua, inamaanisha huendelea kukua hadi kukomaa kabisa kupitia kila hatua ya maisha ya kiroho. Baadhi ya wengine huenda wakapinga mafundisho haya, lakini ndiyo yanayofundishwa hapa katika 1 Yohana 2:12-14. Shida kubwa katika kushukiwa huku ni mawazo yetu yenye makosa kuhusu kukomaa. Hakuna awezaye kuwa mkamilifu bila dhambi. Sisi sote tumeshatiwa mawaa, lakini twaweza ona maisha yetu yamebadilishwa na maamuzi ya kila wakati yanayoleta utukufu kwa Mungu. Hebu tambua maneno ya Yohana yanavyoleta wazo hilo.

"Watoto wadogo nawaandikia haya ili kwamba msitende dhambi. Na kama mtu akitenda dhambi tunaye Mwombezi kwa Baba, Yesu Kristo mwenye haki, naye ndiye kipatanisho kwa dhambi zetu; wala sio zetu tu, bali na kwa dhambi za ulimwengu wote. Na katika hili twajua ya kuwa tumemjua yeye, ikiwa tunashika amri zake" (1 Yohana 2:1-3).

Wakati waamini wanaanza kuwa wadadisi, hawako tayari kujifunza na kukua (waalimu wajua jinsi uelekevu ni muhimu kwa wanafunzi wao). Ni tofauti na mawazo ya mwaamini ambaye anadhani ameshafika (sijui hiyo yamaanisha nini) kwa kuja kanisani miaka kumi na mitano.

Maisha sio jambo tunapaswa kuyafanya yakue. Hukua peke yake. Kama vile chipuko la mmea, twahitaji kuutunza mmea huo mdogo na kuupa vitubishi vifaavyo kama vile maji, samadi na jua. Hatufanyi maisha au hatusababishi kukua lakini twapalilia na ndivyo ilivyo na maisha ya kikristo.

Wakati mwamini afahamupo uwezo wake wa kukua atakuwa na hamu ya kupokea ukweli zaidi wa Mungu kuunda mawazo yake. Tukiuacha ukosefu wa maarifa kando, hujiinua katika utukufu wa malengo ya Mungu ndani ya Kristo Yesu.

"*Machozi yangu yamekuwa chakula changu mchana na usiku, pindi wanaponiambia mchana kutwa, yuko wapi Mungu wako. Nayakumbuka hayo nikiweka wazi nafsi yangu ndani yangu. Jinsi nilivyokuwa nikienda na mkutano, na kuwaongoza nyumbani kwa Mungu, kwa sauti ya furaha na kusifu, mkutano wa siku kuu*" (Zaburi 42:3-4).

Kukua kunawezekana. Tunapoamini, kama Daudi, tunafuatilia kwa imani kwa kiwango kile tumo katika maisha yetu ya kiroho. Hata tutendapo dhambi kwa neema ya Mungu twaweza epuka (Zaburi 32).

Somo

- Ukuaji ulio mlegevu unaonekana kwa ukosefu wa hamu ya kukua, au kwa kuamini kwamba ukuaji hauna maana au umuhimu.

- Iwapo waamini wataona kukua kiroho kwawezekana hamu yao ya kukua huimarika.

Tafakari Na Kariri

- Zaburi 42:3-4
- 1 Yohana 2:1-3

Zoezi

➡ Je, watu ni wenye bidii kujifunza neno la Mungu karibu nawe? Kagua shauri ya wale waohudhuria mikutano ili kujifunza, kuomba na kuabudu.

➡ Je, unashauku kiasi kipi kujifunza na kukua? Ni katika maeneo yapi ungekuwa na nguvu zaidi? Je, unafikiri una nafasi ya kukua katika maeneo hayo? Eleza.

#15 Mtoto Mchanga

Ahadi za kukua kiroho zimefichwa katika maelezo ni yapi yatakayotendeka katika kila hatua ya maisha ya Mkristo. Katika kifungu hiki, tutaangazia ahadi za Mungu anazozitoa kwa mwamini mpya – mtoto mchanga.

Kila mmoja wetu aliyaanza maisha yake kama mtoto mchanga, akakua katika miaka yake ya kubaleghe na kisha, utu uzima, nikitumai kwamba msomaji ni mtu mzima. Umri ambao mtu yuavuka kutoka hatua hadi nyingine sio dhahiri lakini utaratibu umedhihirishwa.

Kunazo ishara mbili muhimu za kutusaidia kuweza kufuatilia ukuaji wetu. Ya kwanza ni tunapozaliwa, na sherehe zinaanza. Mtoto mchanga ameingia duniani. Wazazi wenye furaha hutuma picha na kutangaza kuhusu tunu lao jipya.

Ishara ya pili iliyodhahiri ni wakati mtu anapokua. Kwa maneno ya Yohana wa kwanza, kuwa Baba. Yule ambaye awali alikuwa mtoto mchanga sasa amekua kabisa na anaye mtoto wake mwenyewe. Na duara sasa imekamilika, kizazi kimoja kuzaa kingine.

Ulimwengu wa kisasa umejaribu kuueleza utu uzima kwa kifupi kama hali ya kuwa mzee na huru, bila mategemeo ya uzazi na majukumu muhimu yanayotungamana nao. Kwa bahati mbaya, kanisa kwa njia nyingi limekubaliana na mawazo haya. Hii huacha kanisa na jamii katika mashaka kwa sababu waamini wengi waliokomaa hawawajibiki kwa kuwafundisha waamini wachanga.

Mzunguko kamili hutokea mara tu mtu anapokuwa mzima na pia kuzaa tunda na kuchukua jukumu kwa ajili ya kizazi kijacho.

Somo hili la sasa huangazia hatua hii ya kwanza muhimu ambapo maisha huanza. Yohana mwanafunzi hutumia mfano wetu kuendelea katika familia ya kawaida ili kutusaidia kuelewa kukua kwetu katika familia ya Mungu ya kiroho. Kama vile Yesu hutumia jambo lijulikanalo ili kufunza lile lisilojulikana. Katika vifungu vilivyopita tulizungumzia umuhimu wa maisha mapya ya kiroho. Mwamini ana maisha mapya na hivyo amefananishwa na mtoto mchanga.

Mtoto Hukua

Kama vile mtoto mchanga lazima akue kupitia hatua za maendeleo ya kawaida- kutambaa, kuketi na kadhalika, vivyo ndivyo Mungu humfanya mwamini mpya kujifunza masomo ya msingi katika hatua yake ya kwanza ya kukua kiroho. Hatua za maisha ni muhimu kwa sababu katika kila hatua, mtu hujifunza na kukua katika njia nyingine tofauti.

Rebeka, binti yangu menye umri wa miaka kumi, juma lililopita alinishawishi nimchukue yeye pamoja na kakake, aliye sasa miaka kumi na mitatu, kuwapeleka uwanjani. Walitaka niwapeleke katika mbuga fulani ili kucheza kwa maana ilikuwa na kumbukumbu za kuvutia kutoka miaka ya hapo awali. Hivyo sote watatu tukaenda. Baada ya kucheza kwa dakika tano au kumi hivi, waliamua kwamba haivutii tena. Niliwasikia wakisema, "Nadhani kwamba tumekuwa wakubwa kuchezea hapa sasa". Badala yake waliamua kutembea bustanini na kisha wakaweza kufurahia sana kuipanda milima humo mbugani. Watu hubadilika wanapokua.

Yule mtoto mchanga sasa ameshamjua Bwana. Huyu awezakuwa mtu mwenye umri wa miaka hamsini lakini haijalishi. Kuzaliwa kiroho kunamwingiza kila mwamini katika familia ya Mungu kama mwanachama mpya.

Waamini walio wazee kiasi ndani ya Kristo wapaswa kupitia hatua hii ya kwanza kwa haraka kiasi lakini ni vyema kukumbuka kwamba bado watahitaji kupitia hatua hii ya msingi. Isipotunzwa vyema, kuna uwezekano finyu kwamba hawatakuwa vyema katika maisha ya kiroho.

Kuwalea Waamini Wapya

Je, mara ya kwanza unapokuwa mwamini ulitunzwa vipi?. Je, kuna mtu aliyekushughilikia kibinafsi? Maswali haya yawezaonekana kana kwamba hayana umuhimu wa wote lakini sivyo. Hebu angalia hali ya kushughulikiwa kwa huyo mtoto mdogo baada ya kuzaliwa. Ni wakati kama huu ambapo watu hasa wazazi humshughulikia yule mtoto mapenzi ya moja kwa moja.

Mtoto sio tu anyonyeshwe lakini pia hupendwa, huoshwa, na kadhalika. Utaratibu huu waweza onekana ni wa kuchosha na marudio, hasa wakati wa usiku, lakini ni muhimu. Lakini hebu tazama yale yanayoendelea karibu na mama, mtoto yuna nafasi ya kusikia maneno ya kupendeza, sauti na hisia hupatikana. Mtoto sio tu anajifunza jinsi ya kujibu na kuwasiliana, lakini kwa kukumbatiwa, kufurahiwa na michezo midogo, mtoto uhisi kupendwa.

Ni yapi hutendeka wakati mtoto ni mwoga na kuanza kulia? Mama humkimbilia mtoto huku akimkumbatia husema "Pole, nyote sasa ni sawa. Mama yuko nawe."

Mtoto sio tu anapokea chakula na mapenzi anayohitaji mbali pia na muhimu zaidi anapata mapenzi. Hii ndio hali ya kawaida. Kwa upande mwingine, kama mama hayupo na hashughuliki matokeo yake yake ni mtoto ambaye ujihisi hapendwi. Mungu hupitisha mapenzi, kushughulikiwa, malezi haya kwa waamini walio wakubwa. Iwapo mwamini aliyekomaa atamtunza mwamini mpya kama vile Mungu alivyopanga, huyo atakuwa mwenye nguvu la sivyo msingi wa huyo mwamini mya utakuwa dhaifu.

Mengi Ya Kujifunza

Mwamini ana mengi ya kujifunza. Petro pia anatumia mfano kutusaidia kuelewa waamini wapya. Anatumia watoto wachanga ili kutusaidia kuelewa jinsi mwamini mpya hupenda kupata neno la Mungu. Anaufananisha na maziwa ya mwamini.

> "Kama watoto wachanga waliozaliwa sasa yatamanini maziwa ya akili yasiyoghoshiwa, ili kwamba mpate kuukulia wokovu" (1 Petro 2:2).

Hamna jambo lolote linalolinganishwa na hamu ya mtoto mchanga kutaka kula. Mtoto atalia na kulia hadi maziwa ya mama yatakapofika kinywani mwake. Lakini mtoto anapoanza kunyonya na kuhisi utamu wa hayo maziwa huanza kuridhika (huja pamoja na ishara nyingine za kuvutia na sauti nyinginezo). Mambo hayo ni kweli kwa mwamini mpya. Mtoto mchanga ana hamu kuu kujua neno la Mungu. Hivyo lazima tuwepo pale 'kuwalisha' neno lake ili wakaweze kukua.

Maisha huanza kwa kuzaliwa upya kiroho (kunakoitwa kuzaliwa mara ya pili katika lugha ya kithiologia). Kukua hutendeka wakati mwamini anapopata neno la Mungu kama vile mtoto mchanga apokeapo lishe bora.

Haja hii ya neno la Mungu itakuwa kweli katika maisha yetu yote. Twahitaji kula ili tuishi, lakini kuna jambo hubadilika tunapozidi kukua. Siku za mwanzo za maisha, lishe bora imo ndani ya maziwa na lazima ipeanwe na mama. Mungu alikusudia iwe hivyo ili kuongeza uhusiano. Wakati mama anamnyonyesha mtoto iwe kwa matiti au chupa, wote mama na mtoto huwa wanaangaliana.

Tunapowaza kuhusu maisha mapya ya kiroho, kanuni fulani za kumsingi hujitokeza: uhusiano, kufunganishwa, upendo, neno la Mungu, malezi, na kusikiliza. Bila shaka kunayo mahitaji mengine wakati wa kumlea mtoto lakini hamna mambo yaliyo ya msingi kuliko lishe bora.

Kwa miaka mingi, kanisa limekuwa na mtazamo mwema wa kuwaleta watu kwa ufalme wa Mungu, lakini wengi wa hawa watoto wapya hupata mshutuko utokanao na kuzaliwa. Hawakupokea malezi waliyoyahitaji kwa sababu wao pia hawakutunzwa na kulelewa na waamini wengine. Mtoto hawezi jilisha binafsi na vile vile hata mwamini mpya. Anastahili kulishwa na baadaye tu akiisha kukua ndipo atajifunza jinsi ya kujilisha mwenyewe.

Ijapokuwa twaweza kuwa twajua kanuni hizi, shida ni kwamba sisi kama kanisa hatujakuwa waaminifu kutekeleza yale tunayoyajua. Na hivyo mwili wa Kristo umepata majuto makubwa. Mara kwa mara huwauliza waamini "Ni wangapi miongoni mwenu mlilelewa na kufundishwa mlipokuwa waamini wapya?" ni wachache hukubali.

Moyo wa Mungu lazima uwe umevunjika kwa sababu ya ukosefu wa malezi kwa watoto wake wenye dhamana. Kwa nini mioyo yetu haivunjiki vile vile? Kwa nini kanisa halitubu kwa ajili ya kutowekeza kwa ajili ya kizazi kijacho?

Somo

- Mfuasi mpya wa Yesu Kristo anafananishwa na mtoto mchanga, kwa sababu mahitaji yake yanaweza tu kutimizwa na mlezi.

- Mungu anahitaji tuwatunze waamini wapya kama vile mama kwa upole na utulivu humtunza mtoto wake mdogo.

- Mungu huwafunza waamini wapya ukweli wa kimsingi kutoka neno la Mungu katika hatua za kwanza ili kufanikisha ukuaji.

- Bwana anataka mtoto huyo mdogo wa Mungu ahisi upendo wake na malezi yake kupitia uangalifu wa kibinafsi na anamfanya mwanafunzi.

Tafakari Na Kariri

- 1 Petro 2:2

Zoezi

➡ Je wewe ulifundishwa kama mwamini mpya. Eleza ni yapi yalitendeka au hayakutendeka.

➡ Je, unawashughulikia vipi waamini wanakuzunguka? Je unawafundisha? Kwa nini au kwa nini hufanyi hivyo.

➡ Iwapo hukufundishwa hapo awali, ni nini unahisi ulipoteza? Iwapo ulifundishwa, ni nini ulinufaika nayo?

#16 Vijana-Hatua 2

Iwapo mwamini mpya anahitaji mapenzi ya dhati na malezi, je mwamini ya ujana anahitaji nini?

Mwanarika hujulikana kwa njia ile huanza kuchukua usukani wa maamuzi yake. Kunayo mabadiliko kutoka wakati alipokuwa hawajibiki na mpumbavu kwa ni yapi yaliyo mema na kwa wema hujitunza na baadaye kuwajali wengine. Wanarika wako katika hali ya kuwa watu wazima na kwa hivyo, kwa wakati mmoja watajua kujifunza na wengine. Kuyaweka malengo ya Mungu katika mawazo ni kwa umuhimu mkuu, ili kupunguza uhasama unaoweza kutokea.

Hatuna ishara za kuonyesha ni wakati upi hatua hii huanza wala wakati wa kumalizika. Lugha nyingi duniani hawana jina maalum kama vile 'vijana wanao balekhe'. Jina asilia katika lugha ya kigiriki inaeleza kuwa mwamini ni kijana, kuwa sio mtoto mchanga wala aliyekomaa.

Changamoto Za Mwamini Wa Makamo

Mwamini wa makamo lazima ajifunze kutumia neno la Mungu ili aweze kusimama imara kinyume cha ushawishi na majaribu ya yule mwovu. Neno la

Mungu ni muhimu, kama vile katika hatua ya kwanza, lakini hapa 'mwanarika' lazima ajifunze jinsi ya kukumbana na majaribu. Hii ni mojawapo ya hatua muhimu za kuwa mshindi.

Ukweli wa maisha unaonyesha hivi. Wakati vijana wanakuwa wazee, lazima wajifunze jinsi ya kuhudumu bila wazazi wao. Mfumo huu huchukua muda sana kwa wanadamu ukilinganisha na wanyama, lakini baadaye hutendeka. Ingawa watoto wachanga wanajifunza kujilisha wenyewe tu, wale walio karibia utu uzima wahitaji kujifunza kutenda kazi kusudi wapate chakula ili wapate kula.

Katika maendeleo ya kiroho, wanarika kiasi wanahitaji neno la Mungu lakini hawawezi wategemea wengine kuwalisha kile wanachokihitaji. Waamini hawa hunaanza kujifunza kwenda kwa neno la Mungu kujilisha wenyewe. Kuongezea wanajifunza jinsi ya kutumia neno la Mungu kujikinga wenyewe kutokana na adui anayewavizia.

Tazama maneno makali ambayo Yohana ametumia hapa kueleza mwamini wa makamo *"Nawaandikia ninyi, watoto wadogo, kwa sababu mmesamehewa dhambi zenu, kwa ajili ya jina lake. Nawaandikia ninyi, akina baba, kwa sababu mmemjua aliye tangu mwanzo. Nawaandikia ninyi vijana, kwa sababu mmemshinda yule mwovu. Nimewaandikia ninyi watoto, kwa sababu mmemjua Baba. Nimewaandikia ninyi, akina baba , kwa sababu mmemujua yeye aliye tangu mwanzo. Nimewaandikia ninyi vijana, kwa sababu mna nguvu, na neno la Mungu linakaa ndani yenu, nanyi mmemshinda yule mwovu"* (1 Yohana 2:12-14).

Ulimwengu huu sio mzuri na wa msaada kama tungelitamani uwe. Kunayo adui ambaye anatafuta jinsi ya kutumaliza. Tunastahili kupata faraja kwamba Yesu Kristo ameshavishinda vita, lakini mwamini wa makamo lazima ajifunze binafsi jinsi ya kuitegemea neema ya Mungu kumlinda anapokabiliana na hali tofauti katika maisha.

Katika mistari unaofuata, tunasikia maamuzi ya nguvu ambayo Petro anaeleza hutokana na ukweli wa neno la Mungu. *"Tena kwa hayo ametukirimia ahadi kubwa mno, za thamani, ili kwamba kwa hizo mpate kuwa washirika wa tabia ya Uungu, mkiokolewa na uharibifu uliomo duniani kwa sababu ya tamaa"* (2 Petro 1:4).

Vijana hupenda kujiwaza kuwa wazee kuliko jinsi walivyo, wakidai uhuru bila majukumu. Si wenye hadhari na wamekosa maarifa ya changamoto zinazowakumba. (Labda hii huwasaidia kuwa na hamu ya changamoto yo yote).

Hatua Zaidi Ya Kukua

Wamo kati ya hatua hizi mbili za "watoto wachanga" na "watu wazima". Hamu ya kuwa mtu mzima ni nzuri. Wanalishika wazo ambapo Mungu anawaongoza kushika. Hawa 'vijana' hata hivyo wana mfumo wa mawazo yaliyotokana na utoto, yale ya kuwategemea wengine ili wawalishe. Wanapo komaa, wanahitaji kuyaachilia ili wakaweze kuendelea hata kufukia hatua ya "baba" ambapo watawalea wengine.

Mwana mwenye hekima huanzisha nidhamu nzuri ya kiroho na hujifunza kutoka kwa wengine jinsi ya kutumia neno la Mungu kuyashinda majaribu. Kwa jicho pevu mwamini huyu wa makamo atatambua kuwa kuna vita ndani na nje. Atastaajabu kwa nini yeye kama mwamini anakumbana na vita vya namna hiyo, hata na vitu anavyovipuuza. Kwa wakati huo huo, atahisi uovu ulioko duniani ukimshawishi kutembea katika njia za anasa na upumbavu.

Mungu amevishinda vita na amemuandaa mwamini wa makamo kupigana na kushinda vita. Hili litachukua muda kujifunza.   Kutakuwa kushindwa na kushinda. Iwapo mtu atamfundisha mwamini huyu, wakati wa mafundisho utakuwa mfupi. Mwalimu anaweza eleza jinsi maisha ya kiroho ya kuendelea yalivyo. Anaweza msidia kuelewa masomo, la sivyo waamini wapya itawabidi kupigana vita vya ziada na pengine kushindwa tena na tena, hata kuvunjika moyo.

Twajua kwamba ni jambo lisilokubalika kimaadili kutomlea mtoto mchanga, lakini utunzaji unahitajika kwa mwamini wa makamo, ijapokuwa anawezaonekana amekomaa kwa ajili ya umri wake au asili yake. Usimamizi utasaidia katika hatua hii na utasaidia mwaamini "aliyewazi" wakati anapokumbana na majaribu na pingamizi.

Somo

- Waamini wa makamo wanakumbana na changamoto za kujifunza neno la Mungu ili kuishi maisha yenye nguvu za Kikristo.

- Vita vya kiroho vitatendeka katika maisha mapya kwa sababu ya miili yetu na adui atumiaye dunia kutaka kutuumiza.

- Mungu ameahidi kwamba neno lake litatusaidia kuishi maisha ya ushindi kila wakati.

- Usimamizi wa kiroho katika hatua hii unaweza msaidia mwamini wa makamo aliyechanganyikiwa ambaye huenda asifahamu kwa nini mambo fulani hutendeka katika maisha yao ya kiroho.

Tafakari Na Kariri

- 2 Petro 1:4

Zoezi

- ➡ Je, una nidhamu nzuri ya kiroho ya kujilisha neno la Mungu? Kwa nini? Au iwapo la, kwa nini?

- ➡ Je, unadhani kujilisha neno la Mungu kila siku ni muhimu kwa maisha ya nguvu ya kiroho? Kwa nini unadhani hivyo?

- ➡ Tafakari kuhusu wakati mmoja ulioshindwa na pia kushinda. Waza juu ya kila moja yao, kwa nini ulianguka? Ni kwa nini ulishinda?

- ➡ Je, umekomaa kiasi cha kujua ni yapi ya kusema?

#17 Hatua ya Kukomaa

Yohana kwa undani anaeleza hatua hii na ya mwisho kama ile ya wa 'Baba'. Ingawa kwaweza kuwa na mashaka wakati wa 'ujana' hali ya kuwa baba ni dhaliri vyema. Akina baba wana watoto.

Ulimwengu wetu wa kisasa umeharibu kwa wepesi na raha ya kuzugumzia maisha kama vile Mungu alivyopanga kwa sababu ya mwongozo wa kisiasa. lwapo tunaweza pita zaidi ya hapo na kuwaza kuhusu familia zetu, twaweza pata ufahamu wa malengo ya Mungu kumhusu kila mwamini. Kwa sababu kila mmoja wetu amewahi kuwa na baba. Haimaanishi baba zetu walikuwa baba wema. Kwa kweli katika mikutano ninayofanya, napata kwamba sio watu wengi walikuwa na baba wema. Na ijapokuwa wengine wanakiri walikuwa na baba wazuri, hawa ufahamu mwema na jinsi baba mwema alivyo.

Malengo Ya Mungu Kwetu

Kunayo mambo matatu muhimu kuhusu hatua ya kukomaa ya mwamini.

(1) Mungu anataka kutupeleka sote mbele tufike hatua hii ya tatu na ya mwisho ya maendeleo ya kiroho.

(2) Mungu anataka kila mmoja wetu awaelekeze wengine kwa maisha mapya ya kiroho.

(3) Bwana anatamani tuwalee na kuwatunza wote wanao pokea maisha ya kiroho karibu nasi.

Mwanzo, Bwana anatamani na amepanga kwamba kila mmoja wetu asonge mbele hadi akomae kiroho. *"Hata na sisi sote tutakapoifikia umoja wa imani na kumfahamu sana Mwana wa Mungu, hata kuwa mtu mkamilifu, hata kufika kwenye cheo cha kimo cha utimilifu wa Kristo"* (Waefeso 4:13).

Hatua ya 'mtoto' ni daraja la kupendeza, lakini sio lengo letu, vile vile hatua ya "kubaleghe" wangali wanajifunza ya Mungu aliyonayo kwao. Mtume Paulo anaeleza hatua hii ya " Baba". Kama mtu aliyekomaa (sio utoto, lakini amekomaa kiroho) ikiwa na utimulifu ndani ya Kristo. Ishara za Yesu Kristo zapaswa kuonana dhahiri katika maisha yetu.

Ingawa Paulo anatumia baba hapa, ni dhahiri kwamba yeye kama vile Yohana hataji mzee tu kuendelea kiroho kwa waume bali na wake pia. Waamini wote, kutoka kila nchi na tamaduni wanatumainiwa kukua hadi mfano wa Kristo katika wakati huu.

Ili kukua, lazima tufahamu mawazo ni yapi Mungu aliyonayo kwetu. Hili lihitaji imani na mawazo yetu yaweze kusema kitu cha namna hii "Iwapo Bwana anahitaji tukuwe, basi inamaanisha kwamba ametengeneza mipango jinsi tutakavyokua." Hizi ni kanuni za kukuza imani. (Kwa kweli – ukweli wote, ukijifunza unakuza imani). Mara tujuapo kwamba waamini wote wanapaswa kukua hadi mfano wa Kristo wangalipo hapa duniani, basi sharti tukubaliane kwamba Mungu aliweka mpango ili tukuwe - haijalishi matatizo tutakayokumbana nayo .

Kuwaza Kuhusu Wengine

Pili, Bwana amepanga kwamba ukomavu utazaa maisha mapya. Hizi ni kanuni za maisha au sio? Ulimwengu umkataa maisha na ukaharibu kabisa taswira ya kuzaana. Lakini waza kumhusu mtu ambaye baada ya kuwa mtu mzima, kisha ampata mtu mwingine mwema wa kuoa na kisha watamani kupata watoto. Hamu hizi zimetimiwa ndani yetu.

Tukizungumza kiroho, hatupasi kusahau wajibu wetu kushiriki na wengine injili na kuwaongoza wengine kuwa na uhusiano na Mungu kupitia Yesu Kristo. Tunapowaleta kwa uhusiano na Mungu kupitia Yesu Kristo tunapowaleta kwa uhusiano huu mpya; ni wajibu wetu kuwalea. Sisi sote sio wahubiri au waalimu wa neno la Mungu; lakini kila mtu anapaswa kujukua jukumu la kutafuta wokovu na kukua kwa mzingira mema.

Malezi Ya Kiroho

Mwisho; tunapaswa kuhakisha malezi ya kiroho kwa wote wanao tuzunguka. Tunapaswa kuwasaidia wote tuwaletao kwa Bwana. Pia ni wajibu wetu kuwasaidia wale Mungu huleta katika maisha yetu.

Katika ulimwengu huu wa kasi, na watu wakibadilisha kazi wakristo wanazunguka ulimwengu kwa kasi sana. Waamini kutoka sehemu nyingine na nchi au duniani waweza kuwa karibu nasi. Tunastahili kuwasaidia kutafuta nafasi ya kuwatumikia. Hatufanyi hivi kwa ajili ya kubiri, kwani hii njia ya Mungu ya kutunza kondoo wake. Mungu hutumia waamini waliokomaa ili wawalee walio karibu nao.

Katika nchi nyingi magonjwa na mikasa zinasababisha mayatima wasiohesabika. Ni jambo la unyenyekevu kuona jinsi makanisa na wachungaji wengi wanajitokeza na kuwapokea hawa watoto - hata ingawa wao wenyewe hawana cha kutosha kwa familia zao wenyewe.

Kwa njia hiyo hiyo, twastahili kutenda kazi yetu kama kanisa kuhakikisha kila mmoja wetu amepata "mlezi" yaani kuna mtu ambaye analea kiroho. Hii ni roho inayokubaliana na agizo la Mungu kuwafanya watu wanafunzi wake - upendo na malezi ya Mungu kwa maendeleo ya waamini. Uanzinshaji wa vikundi kidogo katika makanisa mengi waweza saidia katika hatua hii, lakini kutakuwa na baadhi ya wengine ambao hawaitaingina na mipango yetu. Tuwe makini kwa mahitaji yao.

Ni aibu ilioaje iwapo baba, kwa sababu anatafuta ustaarabu wake mwenyewe, anapuuza mahitaji ya watoto wake. Hayo ni makosa.

Pasipo shaka kuwatunza wengine ni nafasi kuu ya Mungu ya kupeana upendo na hekima yake kwa wengine. Kwa wanaume hii inatuhusisha kujitolea kwao na kuchukua nyadhifa ya kanisani. Hii pia itahusu ushauri wa kipekee katika ya walioa, dada kwa dada, mwanaume kwa mwingine. Zingatia mahitaji ya wanakuzunguka. Mungu aweza kuwa anataka kukutumia kuwasaidia wakue.

Somo

- "Baba mzazi" ni waamini waliokomaa ambao wamepita mashindano wa waamini wachanga na wanaweza angazia kuwalea wengine.

- Watu wa Mungu wanaweza na wanapaswa kukua hadi kukomaa ndani ya Kristo.

- Tuwajibika kueneza kanuni za Mungu za maisha kwa wengine na kuwalea ili waendelee kiroho.

Tafakari Na Kariri

- Waefeso 4: 13

Zoezi

➡ Umekuwa mfuasi wa Yesu kwa muda gani? Je, wewe ni mzazi wa kiroho?

➡ Je, umewashughulikia waamini wachanga ndani ya Kristo? Hiyo imeendelea vipi? Ni vipi ungeweza kuboresha?

➡ Je, kunaye mtu sasa maishani mwako unayemlea?

#18 Duara ya Maisha

Mfuatano wa maisha sio tu kweli katika ulimwengu asilia mbali katika ulimwengu wa kiroho. Tulizaliwa ulimwenguni, tukapitia changamoto za kukua na kisha tukachukua jukumu ya kuwaleta wengine duniani na kuwalea. Kisha tunaondoka duniani ili kuwapa wengine nafasi.

Taswira hii nzima inatusaidia kuuelewa vyema jinsi Mungu ametupa wakati mfupi na kazi maalum ya kila mmoja wetu kutekeleza katika maisha haya. Hatuko hapa milele, wakati na nafasi ni vitu vilivyopimwa na huisha. Kiasi kile wazo hili tutalifahamu ndivyo vile tutaanza kuelewa makusudi ya Mungu ya kutuleta katika ulimwengu huu wa neema.

Ijapokuwa wakati wetu hapa duniani ni mfupi, bado kwa njia kubwa maamuzi ya maisha haya ndiyo yanaunda yetu maisha ya milele. Maamuzi yetu ya kila siku ni muhimu zaidi kuliko jinsi tunavyodhania. Jinsi vile kila mmoja wetu anashughulikia maisha haya yana ushawishi mkubwa juu ya maisha yetu ya milele. Mungu anahakikisha hilo.

Kupata Ufahamu Wote

Kufahamu upeo wote wa kukua kiroho hutupa sisi makali ya kuishi maisha yenye kusudi na utimilifu.

Hapa mna njia tatu ambazo haya hutendeka:

- Kuvutana - Kwa wepesi tunazinduliwa jinsi maisha yetu ya sasa yalivyo muhimu.

- Thahiri - Tunapata taswira yote ya maisha kuhusu yale yaliyotokea au yatakayotokea.

95

- Mtazamo- Twatia makali hamu yetu ya kufikia ukomavu na kutimiza makusudio yake maalum katika maisha yetu.

Baba yetu alizoea kupima kimo tulichoongezeka kwa kutia alama katika nguzo za mlango kwa kalamu. Nilifurahi kuona ni kiasi kipi nilikuwa nimekua. Hivyo ni sawa na maisha yetu ya kiroho. Kwa kawaida, waamini huchunguza jinsi wanavyokua. Baadhi yake yaweza kuwa na ushindani lakini mna matarajio mema ya kuendelea kukua hadi kufikia ukomavu. Kukua huku kutaendelea katika ulimwengu huu hata tutakapokomaa.

Shida inayotukumba zaidi iletayo ulegevu wa kiroho miongoni mwa waamini ni kwamba hawana malengo na hivyo hukwama katika maendeleo ya kiroho. Badala ya kuangazia yale Mungu amekusudia kutenda katika maisha yetu wakati huu, wanatiwa fadhaa kwa wepesi na shida zao za kibinafsi, huku wakitekwa nyara na kiburi cha dini au wanalemewa na dunia.

Mioyo Miwili Inalia

Baada ya kusoma vitabu vya Biblia vya Joshua na Waamuzi moyoni nilipata kufahamu kuhusu vilio viwili vya dhati:

(1) Kitabu cha Joshua kinaupa moyo wangu kumtumaini kuwa kazi kuu za Mungu ndani ya maisha yangu. Yote yawezekana. Hakuna kitu kiwezacho zuia kazi ya Mungu ndani yangu au kanisani, hapa nchini au duniani.

(2) Kitabu cha Waamuzi hunyenyekeza moyo wangu. Ninahuzunika vile nimetekeleza majukumu ya maisha yangu. Nimepuuza kutekeleza yale ambayo ningelifanya tena vyema sana.

Uweza wa kupata ushindi mkuu umepakana na hali ya kushindwa kwenye aibu kubwa. Kila mmoja akimkumbusha mwenziwe itawezekana. Sisi sio manusura, ingawa tumenaswa na kutokua huku kila wakati tukiwa na nafasi nzuri ya kukua.

Tutakapokuwa tukiondoka mle mlangoni, twaweza jikagua mahali tulipo katika kuendelea kiroho. Mioyo yetu ina furaha kuu kwa yale Mungu amatena, lakini kunao njia nyingi ambapo tumepuuza kanuni za maisha – kama vile katika kitabu cha waamuzi. Kile ambacho hapo awali kulitufurahisha hivi leo kimetoweka.

Hapa zipo baadhi ya nafasi za maisha. je, zako ziko wapi?

- Je unaishi na mume au mke mwenye kuchukiza?

- Je, msimamizi wako haoni uweza wako?

- Je, mtu amekupokonya mpenzio?

- Je, unanuna kwa ajili ya uzee kuwadia?

Tukitazama shida miongoni wa walio karibu nasi au katika maisha yetu binafsi, tunastahili kukumbuka kwamba tumeketi karibu na ushindi. Je, umewahi kutambua kwamba katika Biblia, nguvu za adui hazikujalisha. Hii ni kwa sababu nyakati zote, nguvu za Mungu huwa ni kubwa, na hivyo kitabu cha Joshua kikawekwa kando ya kitabu cha waamuzi kama ukumbusho kwetu.

Hatuwezi bila shaka kuyarudia ya kale, lakini tunaweza ingia katika siku za usoni tukiwa na ujasiri mwingi tukijua kwamba Bwana akiwa juu anapendezwa tuimarishe huduma – haijalishi nyakati zetu zilizopita. Mungu yuko tayari na ni mwelekevu kutuongoza leo.

> Mtumishi anatuhimiza "Basi angalieni sana jinsi mnavyo enenda; si kama watu wasio na hekima bali kama watu wenye hekima; mkiukomboa wakati kwa maana zamani hizi ni za uovu. Kwa sababu hiyo msiwe wajinga, bali mfahamu ni nini yaliyo mapenzi ya Bwana" (Waefeso 5:15-17).

Wakati ni kanuni moja ya maisha ambayo inatuhusu sisi sote, kwa nasaha, kwa neema ya Mungu na unyenyekevu na moyo unaomtafuta na pia unaweza kutufidia wakati uliopotea. Kutengeneza mvinyo huchukua muda kwa ajili ya kuuacha uchache, lakini Yesu aliyabadilisha maji kuwa divai papo hapo.

Ramani Ya Kukua Kiroho

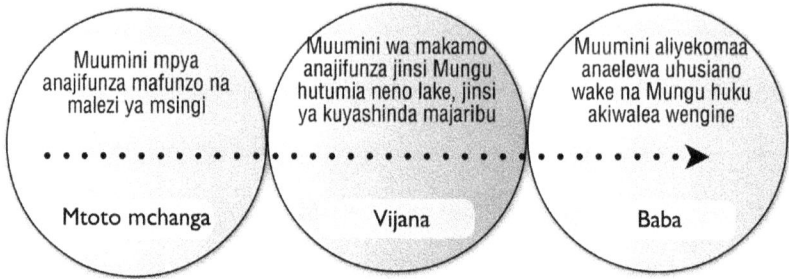

Fafanua uko wapi katika ramani ya maisha ya kiroho? Tazama mahali unapostahili kuwepo. Mtafute Bwana akufikishe mahali unapostahili kuwa na jizatiti kuzaa matunda kwa ajili yake katika maisha yako.

Somo

- Upungufu wa wakati unatutia hamu ya kutambua mahali ambapo tu katika ramani ya kukua kiroho na kutushawishi kusonga mbele.

- Mungu anataka kwa utaratibu kufanya kazi katika maisha yetu lakini kuendelea kukua na kukomaa ni mambo muhimu.

Tafakari Na Kariri

- Waefeso 5:15-17

Zoezi

➡ Onyesha uko wapi katika ramani ya kukua kimaisha. Je, unajiona uko wapi?

➡ Je, unahisi umuhimu wa kukua kiroho? Kwa lo lote lile zungumza na Bwana kuhusu jambo hili na muulize akusaidie kuyapanga maisha yako kwa utaratibu ufaao.

➡ Tambua jukumu moja, mpango, jambo, maendeleo na kadhalika ambao litakusaidia kuangazia ili kukubali mabadiliko yanayohitajika ili kukua binafsi. Andika ni vipi na ni lini utatekeleza haya. Zungumza na Bwana kuhusu haya tena (Methali 3:6).

Chanzo cha Maisha na Kiini cha Maisha Kifungu #19-32

#19 Kusudi ya Mafundisho

Wakati waamini wanaposikia kuzihusu hatua hizi tatu, mara nyingi huwa wanahimizika. Wanapo lifahamu wazo hilo, ni kana kwamba wamepewa miguu mipya. Wengi wao hawajali kuwaza maisha ya Kikristo katika hatua hii, pia inawahusu waalimu wa wakristo na wahubiri. Kwa sababu hii hamna vifaa vingi vya ukaguzi vimewekwa ili kutusaidia kupambanua tuko wapi katika maisha yetu ya kiroho.

Mambo Ambayo Siyajui

Waamini wa kawaida hufikiri maisha ya kiroho hayaeleweki na ni ya kuchanganya. Kubwagizo chao ni "Mimi nimeokoka na ninastahili kuwa ninatazama mbinguni". Wamechanganyikiwa kuhusu jinsi njia ya utakaso inapaswa kuwa.

Mke wangu nami huwafunza wazazi kuhusu malezi ya watoto. Tunazipata shida hizo hizo kwa ukosefu wa tajiriba nyumbani kwa sababu ya ukosefu wa familia kubwa au akina mama kutokaa nyumbani. Walio oa hivi majuzi hawajui jinsi ya kuwalea wanao.

Mtu angedhani kwamba msingi ya kulea watoto au kuwanyonyesha itakuwa bila kufikiria, lakini sivyo. Kunayo mambo fulani lazima mtu ajifunze vyema kuhusu kunyonyesha au kulea watoto wema. Hisia wakati mwingine yawezakuwa haisaidii. Hii ndio sababu hospitali na kliniki za wakunga zimeongeza madarasa kama hayo.

Hiyo pia ni ukweli na mafundisho ya Kristo. Je, twaweza hisi uwepo wa Mungu na kumwabudu? Je, waamini watakua tu kwa njia ya asilia? La, mara nyingi haiwi hivyo, zaidi kwa ulimwengu huu wetu wenye dhambi. Hata maandiko yananena kuhusu wengi kuwa na shida za kuelewa mambo ya kiroho kama vile uadilifu (Warumi 1:19-20). Uwepo na nguvu za Mungu, (Warumi 1:19-20), au makosa ya ubinafsi. Mambo haya yanaweza kuwa sio bayana. Mara nyingi hisia zetu zaweza badili ule ufahamu hafifu tulio nao.

Hii ndio sababu Yesu alitwambia tufanye watu kuwa wanafunzi wake. Ni sharti tuwalete wengine hadi mahali ambapo watajifunza kuhusu yale Yesu alisema na kutenda. *"Basi, enendeni, mkawafanye mataifa yote kuwa wanafunzi, mkiwabatiza kwa jina la Baba, na Mwana, na Roho Mtakatifu"* (Mathayo 28:19).

Ninafurahi kuona watu wengi hivi majuzi wameanza kuandika kuhusu kuwafundisha wanafunzi, lakini yahuzunisha kuona wengi hudhani kwamba hii ni mpangilio badala ya mkondo, tukizingatia zaidi kuujenga uhusiano badala ya mambo yaliyomo. Ninapendezwa na mtazamo wa jinsi mtu binafsi anavyojitolea kufunza wengine. Ninafunza hili kwa sababu mara nyingi ni sanaa hii iliyosahaulika na kuachiwa madarasa ya ushauri. Twastahili kuendelea zaidi ya hapa. Kusudi letu ni kufundisha ili wengine wapate kufahamu 'kujifundisha' huku ndio maana halisi ya kufunza. Baadhi yetu hujihisi tumetulia na mafunzo kiasi ambayo yanaweza jaribiwa na kupimwa. Masomo ya shuleni yametufunza kwa ajili hii. Mambo ya kiroho, hata hivyo hayajaribiwi kwa urahisi na hivyo:

1. Hupuuzwa kwa urahisi

2. Sio dhahiri (isipokuwa ifundishwe vyema)

3. Yaonekana hayahusiani

Paulo na wengine wanadhibitisha umuhimu wa mabadiliko yanayotokea tukijifunza vyema mambo ya Yesu. *"Mkavae utu mpya, ulioumbwa kwa namna ya Mungu katika haki na utakatifu wa kweli"* (Waefeso 4:24).

Kubadilika katika mawazo (4:23) ni muhimu lakini lazima kufuatwe na dhihirisho na dhibitisho ya kutosha ili kuleta mabadiliko yanayohitajika.

Nguvu Za Ukweli

Ninavutiwa na mpangilio wa mafundisho kama yalivyoelezwa katika 1 Yohana 2:12-14. Yohana anaifanya rahisi kuelewa kwa sababu sote tunaufahamu mfano wa familia, pengine kwa kulelewa ndani ya familia au kwa kuona wengine wakilelewa ndani ya moja. Mungu anaifanya rahisi kwetu kujifunza na kukua.

Zaidi ya hayo, Yohana anatoa mfumo kamili kwetu ili kila mtu ajifunze sehemu yake binafsi. Hatua hizi tatu zimetajwa katika sehemu iliyopita lakini huu ni mwanzo tu. Kujifunza kiroho ni kama kuzama ndani sana katika bahari. Twaweza kumbwa na dhoruba ambayo hatukudhania, na tukose kufika kwenye sakafu, lakini Mungu anatuita tuingie katika maji makuu. Anataka tumtumainie kwa yale anayaleta kwa maisha yetu ili tukaweze kufurahia zaidi watu na mipango yake mitukufu.

Kutoka Mtazamo Wa Kufundisha

Katika kifungu hiki, chanzo cha maisha na kiini cha maisha, tutakuonyesha jinsi utaratibu huingiana kutoka kwa mtazamo wa masomo na mafundisho. Tumefanya hivi kwa njia ndogo kwa kiwango cha binafsi, lakini ni vyema kutumia 'kifaa' hiki au kudadisi mafundisho kanisani kwa ujumla.

Njia hii hutusaidia kuja na njia mwafaka ya kufundisha ambayo inawezatekelezwa na mafundisho yetu ili kuongeza kukua kiroho badala ya kuongeza masomo tu. Sijui kama tunaweza leta kipimo kiasi ambacho waalimu mara nyingi huangalia, lakini twaweza kukusaidia kufikia ambayo Mungu amekususudia kwako.

Kwa kawaida, mwalimu mkristo, awe kanisani au shuleni, anatamani kila mwanafunzi wake akue hadi kufikia utimilifu wake ndani ya Kristo. Iwapo haya ndio malengo yetu, basi lazima tupalilie mazingara mema yatakayosaidia kujifunza. Kujifundisha ni dhana ambayo hutusaidia kuyafahamu malengo Mungu aliyo nayo kwetu.

Somo

- Kufundisha kunaeleza kusomesha kulikotokea wakati mwamini aliyekomaa anamsaidia aliyemchanga kujifunza kanuni muhimu kumhusu Yesu ili wakapate kuishi maisha yanayofanana na Kristo.

- Changamoto za mafundisho ya Kikristo, rasmi au la ni kuwa na mwamini ambaye anapata mabadiliko ya kiungu.

- Ukosefu wa mtazamo wa elimu ya kupima kunaifanya vigumu kukagua kiwango cha mafundisho.

- Mabadiliko ya maisha ambayo hutokea wakati mtu anamjua Mungu kupitia Kristo ni ya kuvutia. Mwalimu anaweza kuona mabadiliko ndani ya mwanafunzi.

Tafakari Na Kukariri

- Waefeso 4:24

Zoezi

- ➤ Toa mfano wa wakati ulijifunza kuhusu jambo fulani lakini ukakosa kusadiki na kulitekeleza.

- ➤ Waweza sema sasa una hamu kuu ya kukua kiroho? Iwapo ndio, kwa nini? Iwapo la, kwa nini?

- ➤ Je, umewahi kumfunza mtu mwingine? Nani? Lini?

#20 Kiini Cha Maisha

Wanadamu wengi wanaishi bila kuzingatia kwa kina vilivyomo chini ya ardhi. Hata hivyo, huenda baadhi ya wanadamu hulipa suala hilo uzito wanaposhangazwa na yanayoibuka kutoka ardhini kunapozuka vimbunga au tetemeko la ardhi.

Maisha yetu ya Kikristo yanaweza kulinganishwa na hali hiyo; Wakristo wengi wanaishi bila kujua yaliyomo kwenye maisha yao ya Kikristo. Japo mengi yametafitiwa na kuandikwa kuhusu masuala ya utakaso, wengi wanaishi kwa mapuuza kuhusu masuala muhimu zaidi katika maisha ya kiroho.

Awali katika kitabu hiki, uwezo wa maisha ya mtu anayeongozwa na roho mtakatifu uliangaziwa kwa kina. Maisha sio suala la kijumla bali linazingatia zaidi maisha ya mtu binafsi, nia na kusudi lake maishani. Iwapo binadamu ataishi katika maisha yanayoongozwa na roho mtakatifu, basi uwezo wa maisha yake utahisiwa na kueleweka zaidi.

Wakristo wanapoishi bila kuzingatia kusudi la roho mtakatifu, maisha yao hutawaliwa na kuchanganyikiwa katika masuala mbalimbali, hali ambayo huwafanya kuishi maisha yasiyoambatana na maelekezo ya roho mtakatifu. Kuna makundi mengi yanayohusishwa na Ukristo na yanayotambua utendakazi wa roho mtakatifu ambayo hayana ujuzi wowote wa kikweli kuhusu roho mtakatifu au kusudi la Mola licha ya kujihusisha na kujazwa kwa roho mtakatifu.

Sio sadfa kwamba Mtume Petro aliweka kifungu cha 1 Wakorintho 13 kinachozungumzia Upendo kati ya sura za 12 na 14 za kitabu hicho zinazongumzia karama za roho mtakatifu. Karama/vipaji hizi ni muhimu la sivyo hazingetajwa kwenye biblia. Hata hivyo, Petro alitilia maanani mstari mmoja "Muwe basi na tamaa ya kupata vipaji muhimu zaidi. Nami sasa nitawaonyesheni njia bora kuliko hizi zote" (1 Wakorintho 12:31).

Kuzingatia Masuala ya Moyo

Mambo ambayo Mola hutekeleza maishani mwetu kupitia roho wake na kututakasa tufanane na Kristo hushiria kusudi kuu la Roho Mtakatifu. Vipaji bila kuwepo kwa mwongozo war oho mtakatifu havifai.

Matendo ya roho mtakatifu maishani mwetu ndiyo nimeyaita "Kiini Kikuu cha Maisha," kwa kuwa ndiyo hudhihirisha kilichoko mioyoni mwa Wakristo. Roho Mtakatifu huleta uhai na kumfanya Mkristo kung'aa. Roho Mtakatifu huwapa Wakristo vipaji na hakomei hapo, kwani humpa Mkristo kichocheo kutamani kuishi maisha yanayozingatia Imani kwa Mola.

"Akija Yule Roho wa kweli atawaongoza muijue kweli yote. Yeye hatanena kwa uwezo wak mwenyewe bali atanena yote atakayosikia. Atawafundisha kuhusu mambo yote yajayo" (Yohana 16:13).

Ni jambo la kuvunja moyo kwamba tunaweza kujua kuhusu Roho Mtakatifu bila kumfanya yeye kuongoza maisha yetu.

Huu ni mojawapo ya mapungufu ya mfumo wetu wa elimu ambapo tunapata ujuzi kuhusu mambo mengi bila kuyatilia maanani maishani mwetu. Upepo unaweza kuvuma na tukakosa kujua unakoelekea. Kinyume cha hayo pia kinaweza kutendeka, watu wanaweza kujazwa na Roho na wakafanya miujiza bila wao kuelewa kusudi lake maishani mwao. Huo ni ujinga na mapuuza. Kuishi bila kusadiki kusudi la Kiungu la Roho Mtakatifu ni Kutotii. Baadhi hujua ni yapi Roho Mtakatifu anawataka kufanya lakini wanapuuza na kukosa kuyafanya namna wanavyotakiwa na Roho. Mfalme Sauli ni mfano wa waliofanya mioyo yao migumu kwa kutotii maelelkezo ya Roho wa Mola na kufanya kinyume cha maagizo licha kuwa na fursa chungu nzima za kujifunza kutokana na maelekezo ya Roho.

Tutanapotathmini mienendo yetu tunapata picha nzuri ya nafsi zetu. Tunastahili kutoa bila kinyongo au kisasi. (2 Wakorintho 9:7). Tunapaswa kutumikia wengine bila kulalamika Je, huwa tunatakeleza kwa kasi yale ambayo Mola anatuelekeza kutekeleza?

Majibu Mawili Kwa Mungu

Tunapobaini yale ambayo Mola anatekeleza maishani mwetu kupitia Roho wake Mtakatifu inakuwa inakuwa fahari na rahisi kwetu kuziweka nafsi zetu kuambatana na kusudi lake.

VIELELEZO 2: Uhusiano Wa Roho Mtakatifu Na Mkristo

Katika sehemu ya kwanza ya mchoro, hapo juu, ni bayana namna ugumu wa moyo na mapuuza unaweza kuwa kizingiti cha uhusiano mwema kati ya Roho Mtakatifu na Mkristo. Katika sehemu ya pili ya Mchoro upande wa kulia, Mkristo anajazwa na Roho Mtakatifu baada ya kizingiti kuondolewa na Roho Mtakatifu kuruhusiwa kutiririka hadi kwenye nafsi ya mkristo. Hiyo ndiyo maana kamili ya "kujazwa na Roho Mtakatifu,' na kuishi maisha yanayoshawishiwa na Roho.

Mafunzo ya Kikristo yanastahili kuweka bayana kusudi la Roho Mtakatifu maishani ili kuwatia Wakristo ari ya kujiunga na kazi ya Mola. Hata hivyo, wengi hawawezi kueleza kazi ya Mungu maishani mwao kumaanisha kuwa ni watu wa mungu wanaoishi kwa mapuuza bila kujua yanayotendeka katika maisha yao ya ndani ya Ukristo. Hii ni kumaanisha kuwa Wakristo kama hao wanaishi wakiwa hafifu kwa kukosa kujua yaliyo muhimu kwa kisingi wa maelekezo ya Mola maishani mwao. Uwezo na nguvu za Mkristo hudhihirika anapokuwa na uhusiano na Roho Mtakatifu na anapoweka wazi nia yake kutekeleza anayoongozwa na Roho kufanya. (Warumi 12:1-2)

Somo

- Wakristo wengi wanaishi kwa kupuuza utendakazi wa Roho Mtakatifu maishani mwao na hiyo wanatilia shaka kazi yake kwa kuwa hawaifahamu.

- Mkristo anapokosa kufanya anavyoagizwa na Roho Mtakatifu, anakuwa na hali ya ugumu wa moyo katika masuala ya kiroho

- Tunapobainisha namna Mola anavyotimiza kusudi la utakaso maishani mwetu kupitia Roho Mtakatifu, tunaimarika katika maisha yetu kiroho na kuelewa zaidi namna ya kuishi maisha ya kiroho.

- Hili ndilo tunda la mwamini (pia liitwalo kazi nzuri).

Tafakari Na Kukariri

- Yohana 16:13

Zoezi

➡ Soma Yohana 16:5-15. Nakili/andika yanayojitokeza kuhusu Roho Mtakatifu.

➡ Wazia wakati wowote karibuni ambapo nafsi yako ilikuwa na mvutano na ushawishi wa Roho Mtakatifu akikutaka kufanya au kukosa kufanya jambo. Ilihusu nini na uliishughulikiaje?

#21 Kuyashika Maoni

Kama walimu na kufunzi, tunahitaji kuyashika matokeo kamili ya kile Mungu alichonacho kwa kila mwamini, vile vile kwa maisha yetu wenyewe. Kwa nini? Kwa maana hii ndiyo imani ambayo Mungu angependa tufikie, tushikilie na kuwapokeza wengine.

Kuna wengi leo wanazungumza kuhusu malengo, maoni na makusudio, lakini yote yalitabiriwa katika maandiko awali hata kabla ya mwanadamu wa kisasa kuyafikiria, Mungu hutenda kulingana na ratiba kwa sababu anatimiza mpango wake mkuu. Kazi ya maumbile ni mpango wa ajabu, pia vile vile kilele cha kazi hiyo - kanisa la Mungu- mpango wake wa ukombozi. (Ona Wakolosai 1: 15-20)

Mambo ya nyakati yaeleza mabadiliko ya ajabu yaliyotendeka Yudah wakati wa mageuzi ya Hezekiah yalipenyeza kwa ndani zaidi kuliko wageuzi ya wafalme wa hapo awali kwa sababu alikuwa na matumaini ya jinsi mambo yangekuwa.

Matumaini hayo yalitokana na kusikia neno la Mungu. Alitambua yale Mungu alitaka kuhusu kuitambua siku ya Pasaka na hivyo akatenda kama ilivyohitajika na akawaalika Israeli yote na wala sio Yuda ufalme wa kusini. Alifanya hivyo kwa sababu maandiko yalieleza kuhusu umuhimu wa wanaume wote wa Israeli kushiriki. Alistahimili msukosuko wa kisiasa ili kutekeleza neno la Mungu.

Malengo yetu yanatokana na yale maandiko kuliko yale tamaduni zetu zatueleza kuwa ndiyo muhimu. Biblia inatufundisha yale Mungu anataka kwa ajili ya ndoa zetu, maisha ya kanisa, uhusiano wa kibinafsi na mambo mengi kuyahusu maisha yetu. Wakati neno linatudhihirisia jambo tofauti na yale tunafikiria au kupitia, linatushawishi na maswali mawili.

1.   Je, unaamini kuwa malengo ya Mungu kwako yanapaswa kuunda malengo yako? Je ni hivyo?

2.   Je, unaamini kwamba Mungu anaweza kukusaidia kuyafikia malengo haya?

Malengo Ya Matunda

Kama vile ilivyo katika kila mmea shambani mwetu (hata kwekwe zisizohitajika) umepangiwa kukua kwa mpango uliyofichika, hivyo ndivyo pia Roho mtakatifu anafunua mpango wake katika maisha yetu. Matumaini yetu makubwa kwa kitabu hiki ni kufunua uhusiano ulioko kati ya mipango ya Mungu iliyofichika na nguvu za Yesu Kristo maishani mwetu.

Bila shaka kila mtu ana huduma tofauti, lakini kungali mambo yaliyosawa. Hebu waza kuhusu mizizi ya mimea, matawi, majani na matunda. Kila mmea ni tofauti na pia muktadha na hali kuwa usawa katika matumizi. Mmea wa limau unafanana sana na mmea wa mchungwa, na hali ni tofauti kabisa. Tofauti hii ni kubwa zaidi kuliko tu rangi ya matunda.

Kuna mambo yanayofanana jinsi waamini wakristo wanayoishi maisha yao ya utawa, lakini kutakuwa utofauti kati ya mwito na kujitikeza kwa kusudi la Mungu kwa kila mfuasi wa Kristo. Wanavyozidi kujitolea kukua na kujitolea kwa Bwana, Bwana wetu mwema, kwa wakati ufaao huyafunua mambo haya kwao. Mmea hautoi matunda hadi unapokomaa. Iwapo mmea una afya na nguvu, unaweza zaa matunda mema.

Basi kunayo maandalizi ya kimsingi ya watu wote wa Mungu, lakini pia kunayo maandalizi maalum ya watu jinsi kushiriki kwao kwa kazi ya Mungu kunavyozidi kuwa dhahiri. Hapa ndipo tutakapoanza kuona ukuaji wa kipekee na mabadiliko yatakayotokea mtu aanzapo 'kuzaa matunda'. Hakuna atarajiaye matunda yaliyokomaa kwa mmea mchanga au kuangazia ukuaji wa tunda. Vile vile ni muhimu kuangazia nguvu zetu kutambua ni wapi kila mwamini yupo katika kukua kwake, halafu kisha kumsaidia jinsi atakavyo. Tunda litakuja kwa wakati ufaao. Mungu ameunda mipango hivyo.

> "Akawa akilala na kuondoka, usiku na mchana, nayo mbegu ikamea na kukua, asivyojua yeye. Maana nchi huzaa yenyewe; kwanza jani, tena suke, kisha ngano pevu katika suke" (Marko 4:27-28).

Huu ndio msukumo wa nguvu za maisha uwaongozao maisha yetu mapya kwa Kristo. Analeta makusudio yake na anataka tuzae tunda kulingana na makusudio ya Mungu yaliyo mema na ya neema.

Baadhi ya watu, kwa nasaha mbaya hujiepusha kuwaza kuhusu malengo na viwango. Ikieleweka vyema, mafundisho hutuelekeza kwenye malengo haya na sio mbali nazo.

Waza kumhusu mtoto mchanga anayetambaa kwenye sakafu. Wazazi wake wanaweza anza kuwaza kuhusu maisha yake ya usoni mtoto huyo atakapokuwa mtu mzima. Waweza sema mambo kama vile "atakapoolewa ... atakapokuwa mkubwa ...."

Hatua hizo za kitoto kichanga, mtoto na vijana wanaobaleghe zote ni za muda mfupi kwa sababu ni za majenzi au maadalizi. Mafundisho mazuri huanza kwa kutambua kila mtu yuko katika kiwango kipi na kisha hatua kwa hatua, kutekeleza malezi na mafundisho

Mungu anatenda nini?

yanahitajika. Bila ufahamu na tajriba, tunaiga yale ambayo tumeyapitia. Hivyo ni vizuri kwa kiwango fulani, lakini bado twaendelea kufundisha bila ufahamu.

Mafundisho Na Wazazi

Mke wangu pamoja nami hufundisha madarasa ya malezi kwa wazazi. Tunapouliza maswali (na kuna maswali mengi), mke wangu hutambua mtoto yuko na umri upi kabla ya kuyajibu maswali. Katika miaka ya kutambaa, moja au miwili, kuna leta utofauti mkubwa kati ya majibu mtu atayapokea.

Tunapofahamu yale Mungu aliyonayo kwa maisha ya kila mkristo katika kila hatua, basi swali la 'vipi' kuhusu mafundisho laanza kuwa dhahiri kwa mwanafunzi na mwalimu pia. Hatutekelezi tu utaratibu wa kanisa kiholela-holela, lakini mafundisho husaidia kuwaandaa waamini kutimiza malengo maalum, kulingana na kiwango cha ukomavu.

Kama waalimu, au zaidi kama washauri, sote pamoja, mke wangu pamoja nami tunaendelea kutmbua mapenzi ya Mungu hata tuendeleavyo kufanya kazi na Bwana, tukitafuta ni njia ipi iliyo bora ya kuyaunganisha mafundisho haya kwa maisha ya wanafunzi. Hamna tofauti na jinsi wazazi wema huwafunza watoto wao.

Makusudio Ya Mungu Na Nguvu Zake

Jambo lililo kuu katika njia hii ni kwamba Yesu Kristo ndiye nguvu za uhai huo zinazozidi kukua ndani yetu. Na kutuongoza kuelekea lengo la sisi kuwa kama yeye. Hii sio kwa bahati, lakini njia iliyo chanuliwa sana. Mungu anaishi ndani ili kutekeleza makusudio yake.

Hatupaswi kuyaunda maisha haya au kuyalazimisha ili kukua. Kama ni ya kweli, yatakuwa na huo msukumo ili, yakue na kuzaa tunda. Kwa kifupi, tunatenda kazi ile Mungu anafanya, kama vile mkulima hupalilia shamba. Kumbuka Yesu alimwambia Petro *"lisha kondoo wangu"* Petro hakuhitaji kuwapa kondoo uzima ila tu kuwatunza na kuwalisha kama mchungaji mwema.

Mafundisho huanza nasi na kisha yatahamishwa kwa urahisi kuwafundisha wengine. Mafundisho basi ni kuwafundisha wengine yale ambayo Mungu amekuwa akitufundisha sisi.

Somo

- Maono ya kiroho yanatokana na ukweli wa maandiko ambao unaunda matarajio yetu na mtazamo.

- Malengo yanapaswa kuwa dhahiri kwa kila hatua ya kukua kiroho.

- Kwa werevu hatuundi malengo mengine ili kutuongoza kukua mbali kwa uangalifu kuzingatia yale Mungu amesema katika maadiko na kuunganisha hayo na maisha yetu.

- Mungu ana mpango maalum kwa kila mwamini ili kumzalia upendo na mwanga katika ulimwengu huu. Hili ndilo tunda la mwamini (pia liitwalo kazi nzuri).

Tafakari Na Kukariri

- Marko 7:27-28

Zoezi

- ➡ Ni nini malengo ya Mungu katika maisha yako kwa wakati huu? Jaribu utambue angalau matatu.

- ➡ Je, unajitayarisha vipi kwa kuunda na kutimiza malengo? Je, unaifurahia au unachukizwa na muundo huu?

- ➡ Ni mpango upi wa muda mrefu Mungu amekusudia kwa mimea mingine ya shambani? Je, hiyo inamaanisha nini kwa maisha ya kiroho?

- ➡ Jikumbushe kuhusu njia ya kutimiza malengo uliyoyataja hapo awali, kisha waaza kuhusu waamini wachache wanakuzingira. Mwombee kila mmoja mbele za Mungu ili waweze kukua. Iwapo Mungu atakunenea katika moyo wako ili kuwasaidia, timiza hilo.

#22 Upungufu Wetu

Malengo ya muda mrefu wa mwamini ni kukua kufikia kuwa kama Kristo, lakini hili lastahili kufafanuliwa zaidi. Punde tunavyowazia yale Mungu anavyotaka kwa maisha yetu, ndivyo itakavyokuwa rahisi kuyafikia malengo haya.

Kama mkufunzi, shule au mzazi na kadhalika, tutatambua kwa haraka kuwa malengo ya Mungu kwa wale wanaotenda kazi ni makubwa zaidi kuliko tunavyoweza kufanya. Hilo ni jambo twapaswa kutambua na kukubali.

Kwanza kubali kwamba mafundisho yetu na baadhi ya watu yategemea kiasi cha wakati – mwezi, mwaka, miaka mitano, na kadhalika. Vile vile wakati wetu nao pia utategemea. Huenda tukafunza darasa kwa lisaa limoja kwa wiki au kukutana moja kwa moja mara kadhaa kila wiki na mtu binafsi.

Pili, ni muhimu kujifikiria sisi kama wasaidizi wa Mungu. Mungu anatimiza malengo yake katika maisha ya kila mtu. Mungu anafanya kazi nasi ili kutimiza malengo yake kwa wengine. Yesu aliwakemea vikali wote waliojiona kana kwamba wako 'juu' ya wengine na pia waliotenda kazi kando na malengo ya Mungu.

"Bali ninyi msiitwe Rabi, maana mwalimu wenu ni mmoja, nanyi nyote ni ndugu; wala msiitwe viongozi; maana kiongozi wenu ni mmoja, naye ndiye Kristo" (Mathayo 23:8, 10).

MALENGO YA MUDA MREFU
WAKATI
MAKUSUDI
MALENGO YA MUDA MFUPI

Yesu hakumaanisha kwamba hatupaswi kuwa na waalimu au kuwaita watu fulani waalimu, (kama vile Rabbi, ona Yakobo 3:1), lakini alikuwa akizungumzia kuhusu mambo yanayohusu shahada, nyadhifa na utafiti. Ni lazima tutambue kwamba tunafanya kazi pamoja na Mungu kuwasaidia watu katika kuendelea kiroho. Hata hivyo, kwa kiasi kikubwa sio sisi tulio wa muhimu. Mfano wa malezi ya maisha ya kawaida hutusaidia hapa. Hatusababishi mtu kukua lakini tunaifanya iwe rahisi ili kukua.

Kuitambua Njia Yetu Vyema

Tunapoingia katika nyadhifa zetu shuleni au kanisani, tunaweza kuona kwamba tunacho kipawa cha uongozi au kufundisha, kipewanacho na Roho Mtakatifu (Warumi 12:7-8). Roho huyo huyo hutumia kile kutufunulia ili kuendeleza kukua kwa wengine. Kipindi chetu cha mafundisho huenda kikaonekana kifupi lakini kuwa na imani. Mwamini Mungu kwa uundaji unaoendelea hata kwa muda huu. Tarajia jinsi unavyoweza kuendelea jinsi Mungu anavyotaka kuleta katika maisha ya mwanafunzi katika wakati huo.

Kumbuka pia hii ni 'kazi kuu' ya Mungu. Tenda kazi kwa ujasiri kana kwamba Bwana anataka kazi iliyo kamilika ya kila mmoja wetu na muda ni ndogo mno (ila ni muhimu).

Kutambua Upungufu Wetu

Baada ya kukagua ni nini malengo ya muda mrefu, na yatakuwa sawa kwa kila mwamini, twahitaji kutambua ni kiwango kipi cha kukua kila mtu

120

tutamzungumzia yupo. Tukizingatia wakati tulio nao, hali yetu, raslimali, vipawa na makusudi ya Mungu, ni yapi Mungu anakusudia kutenda kwa wakati huu? Hebu tutazame kila hali:

Wakati: amua ni wakati kiasi gani tutachukua na kila mwanafunzi. Kwa mfano, twaweza kuwa na masaa kumi na matatu ya darasa. Panga ni kipi kitatendeka kila saa na hakikisha kuna zoezi la kubeba nyumbani.

Hali: Je, hali ya masomo ni darasa la watu wazima katika shule ya Jumapili, darasa la chuo, wakati wa mashauri, au pahali pengine? Hali zetu mara nyingi hutuongoza kwa yale twapaswa kuyazungumzia, na pia kwa matumaini makubwa twaona jinsi haya yanaingiana na lile lengo kuu. Kwa mfano, mchungaji anaweza kutaka atumie kijtabu cha majuma manane kila anapokutana na mwanafunzi fulani au chuo cha Biblia kukuhitaji ukisaidia kutimiza matakwa yake.

Vifaa: Vifaa tulivyonavyo kwa ukubwa vinaunda yale tunayoweza kutenda. Pahali pengine paweza kuwa na vitabu na pengine pakose kabisa. Sehemu moja yawezakuwa na tarakilishi na sehemu nyingine wasiwe hata na nauli ya kutosha kwenda darasani. Kuwa mwangalifu kwa mahitaji haya. Upungufu wa vifaa mara nyingi huleta changamoto wa mafundisho dhabiti, lakini Mungu anatufundisha kupitia hali hizi ngumu ili tuweze kuwahimiza wengine jinsi Mungu anavyoweza kutenda, ijapokuwa na upungufu.

Vipawa: Yale tuyatendayo kwa sehemu kubwa hutegemea jinsi Mungu ametupa vipawa vya kiroho. Hii ni muhimu kwa sababu tunauo imani iliyoongezeka kufanya huduma kulingana na vipawa yetu vya kiroho. Lakini kumbuka kwamba utendaji kazi huenda usilingane na vipawa vyetu katika kila hali. Hii inahitaji uvumulivu na kutafuta hekima ya Mungu.

Makusudi ya Mungu: Hili pengine ndilo jambo lililo muhimu kuliko yote. Mungu hadhibitiwi na upungufu wetu – hata vipawa na raslimali zetu. Hii ndiyo sababu maombi na mahojiano madhubuti ya yale Mungu anakusudia kutenda kwa masaa au dakika hizi ni muhimu.

Kuyafahamu Majukumu Yetu

Baadhi ya watu hujihisi kuwa wametulia na wako tayari hali wengine wamechanganyikiwa na hawawezi. Kiasi kile tunafahamu yale Mungu anataka kutenda, ndipo tuonapo ni kiasi kidogo aje twawezachangia. Haijalishi jukumu hilo ni ndogo kiasi kipi. Mungu yungali anadhamini huduma yako. Sio ya kudharauliwa.

Waza kumhusu mtu aliyesimama na mfereji akiinyunyizia mimea yake. Haleti maisha au ukuaji lakini kwa huduma yake, Mungu anaweza kutimiza kazi yake kubwa. Huduma kidogo? Ndio. Mchango mkubwa? Ndio pia.

> "Mimi nilipanda, Apolo akatia maji; bali mwenye kukuza ni Mungu. Hivyo apandaye si kitu, wala atiaye maji, bali Mungu akuzaye" (1 Wakorintho 3:6-7).

Kwa hivyo, ijapokuwa twahitaji kufahamu kuhusu upungufu wetu, hatuuruhusu upunguze kiwango cha Mungu au kusababisha kudharau kujitolea kwetu. La hata hatujiwezi zaidi kuliko tunavyostahili. Kutokuwa na imani (shuku) sawa sawa na kiburi huharibu kazi ya Mungu akusudiao kuitenda katika maisha ya wengine.

Kuimarisha Imani Yetu Ili Kufundisha

Tunapoangalia malengo ya Mungu (haya huenda yakawa ni tofauti na malengo ya mchungaji wako au idara yako) twashangaa jinsi twaweza kuyatimiza malengo haya katika hali iliyodhibitiwa, wakati au vinginevyo. Twahitaji muujiza.

Kila wakati ninapokuwa na mikutano ya mafunzo ya viongozi wakristo wa lugha tofauti kwa siku tatu ninakumbana na tatizo hili. Wakati umeadimika, lugha ni kikwazo, yaweza kuwa kuna joto jingi. Nakumbuka wakati mmoja huko India, kulikuwa na kelele kutokana na gwaredi ya sanamu nje ya eneo la mafundisho. Milio ya fataki ilikuwa inashindana na ujumbe tuliokuwa tukifundisha.

Ni muhimu kama waalimu tujinidhamishe katika imani. Usikubali kuvunjika moyo kisha ukayatoa macho yako kuliko na makusudi makuu ya Mungu. Mpe Mungu nafasi alitukuze jina lake kupitia nyakati za mafundisho. Anaweza kutimiza mengi kwa dakika moja kuliko yale tunaweza kutimiza kwa wiki moja. Imani yetu inakuzwa kwa kufahamu makusudi yote ya Mungu ya kuwainua watu wake.

"Nami nakuambia wewe ndiwe Petro, na juu ya mwamba huu nitalijenga kanisa langu; wala milango ya kuzimu haitalishinda" (Mathayo 16:18).

Petro alikuwa amepewa mamlaka mengi lakini bado Yesu asisitiza kwamba atalijenga kanisa lake na hamna chochote kitakachobatilisha mipango hiyo.

Kuishi Maisha Yanayomtegemea Mungu

Iwapo maisha yetu yameundwa kulingana na mipango mikubwa ya Mungu, tutatambua kwamba twaendeleza maisha tu na wala sio kuyaumba. Kristo ndiye mwalimu sio sisi. Kama waalimu wasaidizi na wakufunzi, twapaswa, kuzingatia upande wetu. Tufanyapo hivyo, Mungu anatafuta kutujaza na Roho wake ili tutimize yale yote ambayo Mungu anataka katika hali na wasaa uliopungufu.

Iwapo tutafunza msururu wa mahubiri, darasa ya shule ya Jumapili, kikundi kidogo na kadhalka, twaishi katika mwenye wa makusudi makuu ya Mungu na hivyo basi kwa unyenyekevu kutafuta atuwezeshe ili kuzitenda vyema kazi zake nzuri.

Kumbuka kukemewa kwa Kristo. Iwapo tunadhani kwamba tumeyafahamu mambo haya, basi sisi ni sehemu ya shida na wala sio suluhisho. Mungu husababisha ukuaji wa haki na hivyo kuwaondoa wanafunzi wetu kutoka kiwango kimoja hadi kingine.

Kristo ndiye Mwalimu Mkuu. Ni Roho yako ambayo itendayo kazi maishani mwa mkufunzi na mwalimu kama vile maishani mwa mwanafunzi au msomaji. Anatafuta mpatanishi atakayepeana ukweli wake. Tuzingatie jinsi tutakavyo angazia jukumu kuu la kuyashikilia maji ya uzima kwa ajili ya hawa wanafunzi wenye dhamani. Pengine huenda tukaanza kuwaombea zaidi.

Somo

- Malengo ya muda mrefu hutusaidia kufurahia sehemu yetu ndogo ijapokuwa muhimu katika kufundisha.

- Kwa sababu tuna uhaba wa wakati na mengineo, tunastahili kwa unyenyekevu kutafuta hekima kutoka kwa Mungu ni jinsi njia ipi iliyo bora ya kutumia raslimali ili kuchochea ukuaji wa mwamini.

- Kwa imani, ni lazima tufundishe na tushauri ili kwamba Mungu akachukue kile kidogo tulichonacho na kukiongeza ili kikatimize malengo yake makuu.

- Mwalimu huuweza moyo wake ili utende kazi karibu na Bwana kama msaidizi mwaminifu.

Tafakari Na Kariri

- 1 Wakorintho 3:6-7
- Mathayo 23:8-10

Zoezi

- ➡ Taja ni somo lipi muhimu umejifunza kutoka kifungu hiki? Omba kwa ajili yake.

- ➡ Je, unakusudia kuweka malengo ya juu na kisha kufedheheka au kuwa na malengo duni na kutoyatimiza? Tafadhali eleza.

- ➡ Je, somo hili laweza aje wasaidia wenye kutimiza makuu au wenye kutimiza machache ili wayasimamishe mafunzo yao.

- ➡ Tafakari 1 Wakorintho 3:5-10 na fupisha ni njia ipi ya kuwasomesha na kuwafundisha wengine

#23 Sehemu ya Utimilifu

Shida moja kuu ya kufundisha ni kutoweza kufahamu vyema jinsi malengo yote ya Mungu yatakavyotimizwa. Ramana ya Yohana kuhusu safari ya kiroho ya mwamini katika 1 Yohana 2:12-14 hata hivyo, inatupa yale yatupasayo kujua ili kutusaidia kuelewa ukuaji katika kila kiwango.

Mfano wa maisha, ukieleza chanzo, nguvu, mfumo wa msukumo wa maisha ni wa msaada mkubwa, lakini haitusadii kuyafikia malengo yanayoweza kupimika, ambayo twaweza kuyaelewa virahisi na kuwashauri wengi kufuatilia. Yohana hakutofautisha tu kiwango kimoja kwa kingine, lakini alitambua nyanja tofauti za ukuaji ambazo zitatokea katika kiwango fulani. Hayo yamekua malengo yetu makuu.

Malengo maalum ya kiroho ni sawa na ishara za kukua za mtoto mdogo. Hatua za kwanza za kitoto kidogo au kuzungumza sentensi kamili ni ishara za kawaida za kukua kwa kawaida. Ishara hizi ni malengo yasiyokusudiwa kwani hatuwezi kuyabadili moja kwa moja. Jukumu la mzazi ni kutoa malezi ya kawaida na mazingira yanayofaa ili kukua.

Mtoto mmoja au wawili walichelewa kuanza. Kama wazazi tulianza kuwaza kama kuna jambo mbaya. Kwa nasaha nzuri hapakuwa jambo mbaya. Ilitulazimu kujifunza kwamba kila mtoto hukua katika kiwango tofauti. Ingawa hatuwezi tenda lolote kuharakisha ukuaji huu, ishara hizi ni muhimu sana – yanatueleza kuwa mambo ni shwari.

Katika ulimwengu wa leo na kiwango chote cha utafiti, maafisa wa afya wanaweza mara kwa mara tambua iwapo mtoto haendelei vyema. Labda mtoto amepungukiwa na baadhi ya vyakula ili kukua vyema. Kuna chuguzi kadhaa. Vyakula hivyo vinaweza kuongezewa, au kusaidiwa kuundwa kwa kuchochea baadhi ya viungo vya mwili, au pengine upasuaji wahitajika. Suluhisho hizi zote sharti zihusishe hali na maadili yanayohusu mwili iwapo zitafaulu.

Malengo Ya Kiroho

Hii ni hali sawa na mahitaji ya kiroho. Hatutengenezi mifumo lakini twatenda kazi nao. Tunaweka ujasiri wetu katika mfumo wa kiroho ambao Mungu aliweka. Hutenda kazi. Kukua kiroho hutendeka na maandiko yameweka ishara za kupima ukuaji wetu. Kama waalimu na wakufunzi walioteuliwa na Mungu, tunahimiza utaratibu huu wa ukuaji.

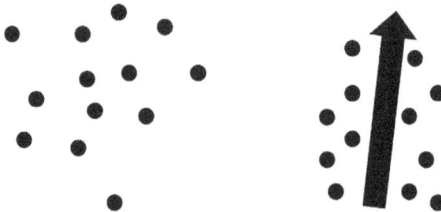

Kuwa na mwelekeo ukilinganishwa na kutokua na mwelekeo

Malengo yetu yanakuwa ishara hizi za ukuaji sio kwa sababu tunawafanya watu kukua, lakini kwa sababu inatufanya kutambua yale Mungu anatenda na watu katika viwango tofauti vya ukuaji. Ili kuhimiza na kuchochea ukuaji unaofaa, tunaongezea kile kinachohitajika. Tambua mafundisho ya Paulo kuhusu malengo haya matatu.

"Lakini mwisho wa agizo hilo ni upendo utokao katika moyo safi na dhamiri njema, na imani isiyo na unafiki" (1 Timotheo 1:5).

Yohana ametambua mambo kadhaa yanayostahili kutendeka katika kila kiwango. Tunaweza ongezea mawazo haya kwa kutumia mifano ya kawaida. Mimi binafsi nimegundua mfano wa Yohana unaeleza ukweli kwa urahisi tena unaowezatumika na pia kutoa hatua za utekelezaji. Huu ni ukweli rahisi kuuelewa na pia muhimu sana.

Kama mkufunzi, nimetafiti kwa mapana na marefu lakini bado sijapambanua kabisa makuu yaliyo katika kila kiwango cha kujifunza. Kama vile uchimbaji wa madini, mtu bado aweza chimba zaidi.

Mafundisho Makuu

Siri ya mafundisho makuu itategemea jinsi tutakavyo unganisha mambo haya mawili.

1. Ufasaha ambao tutaweza husisha sehemu zote za ukuaji kwa malengo yote ya Mungu ya ukuaji wa kiroho.

2. Malezi kabambe ya kiroho na mashauri yanayohitajika wakati wowote kwa mtu binafsi.

Waamini wanapata matatizo makubwa wanapokosa mafundisho yanayofaa. Matatizo haya huongezeka tunapoona waamini walio walegevu wakianza kuenda mbali na Bwana.

Jambo lililo mbaya sana limekuwa likitendeka kanisani kwa muda sasa. Ninaamini ni kwa sababu hatua hizi mbili zilikosekana kanisani na hivyo waamini hawapati malezi bora.

Somo

- Taswira yote ya yale Mungu anatenda hutusaidia ili kuendelea kuyaweka mambo yote katika mtazamo unaofaa.

- Shida kuu katika mafundisho hutokea wakati tunapo tenganisha sehemu moja kutoka kwa utimilifu wote, malengo ya muda mfupi kutoka kwa yale ya muda mrefu (ambayo ni ya Mungu).

Tafakari Na Kariri

- 1 Timotheo 1:5

Zoezi

➡ Orodhesha majukumu yako makuu katika maisha, shule, kazi yako, na kadhalika.

➡ Ni nini malengo ya Mungu ya muda mrefu katika maisha yako hapa duniani? Ni vipi Mungu anataka wewe uendelee kukua kiroho ili kumtumikia?

➡ Je, umewahi kuhusisha maisha yako ya kiroho na malengo ya Mungu ya muda mrefu ili ukakue kiroho?

#24 Kufundisha kwa Kusudi

Kabla hatujaanza kujadili yale yanayohitajika kutendeka katika hatua na ukuaji kutokana na mtazamo wa kufundisha, hebu tuzingatie ni yapi huunda vipengele tofauti tofauti.

Katika kisa hiki, hebu tuwaze kuhusu lengo la kufunza wanafunzi. Pengine tumeshawafanya watu kuwa wanafunzi. (Uwanafunzi ni mafundisho maalum ya hali ya juu). Tukiwaza kwamba wamekuwa wakubwa, kama vile kila mzazi hufurahia watoto wanapokua, na pia wawezakuwa na tashwishi katika maeneo kadhaa ya maisha yao (pia kama mzazi).

Wakati wa mafunzo ni vyema kuwa makini kwa yale yanayofunzwa kwao. Lengo lililo muhimu kwao ni kwamba, kama sasa, wanastahili kuhisi kwamba wana jukumu la kuwafanya wengine kuwa wanafunzi. Hatuwezi zingatia tu kwamba tumeitii amri hii ila wale ambao tumewafunza wanayo maoni yale yale ya kuwafanya wengine kuwa wanafunzi.

Wale ambao tumewafunza waweza enenda na kuwafanya wengine kuwa wanafunzi. Je, wajua ni vipi? Je, wanajali? Je, wao wenyewe wanajifunza ili wao pia wafunze? Paulo alikuwa akifanya hivyo.

> "Na yale mambo uliyoyasikia kwangu mbele ya mashahidi wengi, hayo uwakabidhi watu waaminifu watakaofaa kuwafundisha na wengine" (2 Timotheo 2:2).

Kifungu hiki cha Timotheo wa pili chaeleza vyema utaratibu wa uwanafunzi. Paulo anafunza Timotheo, Timotheo naye anawafunza wengine ili wao nao waweze kuwafunza wengine. Japo ambalo sipendi ni kutekeleza jukumu la wengine. Kunao wakati inabidi kutumika ili kusaidia viongozi ninaowafunza ili wakaweze kufahamu matarajio yangu kwao. Twahitahi kuangalia siku za usoni kwenye malengo ya mwisho ili yatusaidie jinsi tutakavyofundisha.

Vijana wengi sasa wanaweka ndoa kando au kuikataa kwa sababu hawajashawishika kuwa ndoa yafaa; na ni heri wawe shelabela. Wazazi wakristo wanawajibika kwa mambo ya watoto wao. Bila kufahamu wanafundisha, wawezakuwa walinuia kuishi pamoja lakini hii ni lengo duni la ndoa. Wawili hao wanapaswa kuwa wamo katika ndoa na familia ili watoto wao watamani pia kuwa na utangamano, uamshano, kufurahishana, upendo dhabiti vyote vikiwa vimechangamana pamoja katika kujitolea kubadilisha maisha.

Wawili walio kwenye ndoa wakaao pamoja kwa ajili ya watoto hawaoni siku za usoni. Iwapo wawili hao wavumiliana hadi watoto watakapoondoka, wanawaonyesha watoto wao kwa nini waidharau ndoa au wasije wakaolewa.

Na je, kuhusu shule zetu za kikristo na taasisi za masomo? Je wanawaza kuhusu yale Mungu angependa kwa jumla? Mara nyingi kupita kiasi, malengo ya muda mfupi, kwa ukubwa yanashawishi mfumo wa elimu ya kisasa, na matarajio ya serikali, pia yaenda kuunda utaratibu na desturi zaidi kuliko yale Mungu asema yuatenda.

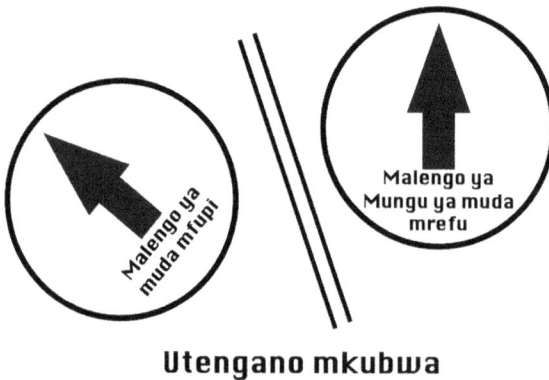

Utengano mkubwa

Wakriso wanajaribu kukumbana na msukumo huu kwa kuweka kanisa ndogo mahali ujumbe za maisha ya kiroho zahubiriwa. Hili ni la kusifiwa lakini je latosha? Wakati mwingi, utakuta kwamba haitoshi. Wakristo wanahitaji kushawishiwa kila mtu binafsi kulingana na kiwango chao cha ukuaji wa kiroho badala ya kuridhika kwamba wanatimiza mahitaji ya kushiriki katika kanisa.

Bila shaka Mungu anaweza kutumia nyakati kama hizi kuwafikia wanafunzi walioshawishika ila wale walio na machungu watanyauka zaidi.

Kipeo Katika Maisha Yangu

Acha nimalizie kwa mfano. Baada ya kuhitimu kutoka chuo cha Biblia, kumaliza miaka mingi ya kujifunza lugha na mazoezi katika kanisa nzuri, hatimaye niliona ndoto zangu zikitimia. Nikawa mmishonari wa nchi za ng'ambo na sehemu ya kikundi kikubwa cha watu kutoka humu nchini pamoja na wamishonari kuanzisha kanisa. Watu wakaanza kuja na kumjua Bwana. Sherehe za ubatizo wa kwanza ilikuwa ya ajabu ilifanyika katika eneo la kuegesha magari katika eneo jipya la makazi kusini mwa Taiwan.

Ilikuwa ni baada ya hili ndipo nilipopatwa na mshtuko ambao ulibadilisha maisha yangu. Sikujua nifanye nini na hawa waamini wapya ila kuwashawishi washiriki katika ibada na kujiunga nasi katika baadhi ya shughuli za 'kikristo'. Si kwamba sikusomea somo la kueneza injili katika chuo cha Biblia. Hata nilisomea somo la kuanzisha makanisa. Nilipata kufunza hata kulea waamini kwa mafunzo. Lakini kulikuwa na kasoro mahali.

Inawezekanaje jambo lililokuwa la umuhimu kwa viongozi wakristo kiasi hicho likose katika mafundisho yangu. Hiyo ilikuwa ni miaka mingi iliyopita sasa, lakini kila wakati ninawaza kuhusu tukio hilo.

Kwa njia moja sikuwa nimefunzwa jinsi mwamini anavyokuwa na jinsi ya kuwasaidia katika kila kiwango cha kukua. Utaratibu wa kuwaunda wanafunzi haukuwapo katika mafunzo yangu.

Tangu wakati huo, nimechukua muda kukagua mafunzo yangu na ya wengine walio karibu nami. Nilitambua kwamba sijapata kufahamu yote ambayo

Mungu anafanya. Masomo ya Thiologia kuhusu utakaso hayakutumika katika eneo la kufundisha wanafunzi. Maandiko ambayo yalifundishwa hayakufikia kuunda ufahamu wa jinsi yalivyohusiana na jinsi maisha yote hukua kiroho.

Baada ya kusafiri na kufunza katika nchi nyingi na makanisa mengi, niligundua kwamba shida hii haijadhibitishwa katika maeneo fulani ya nchi, dhehebu au masomo. Waamini wachache na makanisa machache yana maono ya kuwakuza watu wake katika kuwafundisha wanafunzi. Hata yale makanisa ambayo yana juhudi na kujitolea kukubwa kwa uchache wana mafundisho. Hii inatokana na kutohusisha vifungu vya mafundisho na taswira kamili.

Je, haitakuwa makisio mema kwamba hata baada ya miaka elfu mbili, kanisa bado halijafahamu na kutekeleza msingi ya mafundisho? Je, ni kwa nini mambo yaliyo ya msingi yamepuuzwa?

Kwa maoni yangu, mmojawapo wa pingamizi kuu ya kuunda vuguvugu la watu watauwa waliojitolea kwa Mungu na kuwafundisha wengine vyema ni ukosefu wa taswira kamili ya maisha ya kikristo. Wakristo bado hawajafikiria kabisa kwamba kila mwamini yuko katika kiwango tofauti cha hali ya maisha ya kiroho na wanahitaji maelezo maalum ili kuwafikisha katika hatua au kiwango kingine cha kukua.

Ukosefu wa malengo dhabiti ya Mungu inaruhusu malengo mengine madogo madogo na hafifu kutimiza azma yetu ya mafundisho. Wakati malengo yetu makubwa yanapowekwa kwa kuwaza kuhusu mfano wa maisha ya Yohana, basi mifano hiyo inatupa yale tunayohitaji kurekebisha na kudumisha mafunzo ya muda mfupi.

Somo

- Malengo ya muda mfupi lazima yaundwe na kuunganishwa na malengo makuu ya kiroho ambayo Bwana amekusudia kwa kila mwamini.

- Ni jambo la dharura tuwafundishe wengine wapate maono haya ili nao wawafunze wengine.

- Maono yote ya maisha ya kikristo na matukio hayatoshi kuwapa wengine kwa sababu ni wachache wanaohusisha malengo yote ya Mungu na malengo ya muda mfupi ambayo Yohana ametupa.

Tafakari Na Kariri

- 2 Timotheo 2:2

Zoezi

➡ Je umewahi kufundishwa ili kuwafunza wengine? Je, kwa kweli unafanya hivyo?

➡ Iwapo ndio, ni mwamini wa kiwango kipi ulipewa ufanye kazi naye? Eleza ilikuwa vipi?

➡ Iwapo umeoa (iwapo la, waza kuhusu wazazi wako), je, ndoa yako ni mfano wa ile ungekusudia kwa wanao?

#25 Lenga kwa Makini

Kama waalimu na washauri, nusu ya tatizo letu ni kujua ni nini ya kusomesha na nusu ya pili ni kuwahimiza wanafunzi wetu kujifunza katika kila hali. Hata hivyo upungufu wa wakati huchangia changamoto za kuwafunza wengine vyema.

Mpango wa Mungu wa kukua kwa kiroho unaendelea kutenda kazi. Tunaweza kumwamini yeye kutekeleza jukumu lake. Lakini tuna nguvu za kutosha kupingana na nguvu za ibilisi zinazozidi kuongeza? Bila shaka twaweza. Tatizo limo kanisani kwa kutotekeleza wajibu wetu ipasavyo.

Twahitaji kufikiria upya jinsi tunavyofunza watu wetu, wawe wana mfumo wa masomo iliopangika kama vile vyuo vya Biblia na kanisa vile vile katika mfumo usiopangika hapo nyumbani au moja kwa moja. Mara tu tutakapopata mtazamo dhabiti ndipo tutakapofaulu. Mipango yetu ya awali ya kufunza watu wa Mungu na viongozi haikuwa ya kufaa. Maji ya uzima hayatiririki kwa wingi. Viongozi wengi hulalama kwamba hawana viongozi wa kutosha ilhali wale ambao wanao hulalama kuhusu shida za hao viongozi.

Shida sio kwamba kama tunaweza kushinda, Yohana anasema kwamba sisi tu zaidi ya washindi – hata waamini wachanga. Hii ndiyo imani ambayo itatubidiisha vyema na kumwongoza mwalimu na yule mwanafunzi. Lakini katika visa vingi, wanafunzi hawana imani hii. Katika hali hii imani ya mwalimu sharti iwe ya kutosha kwake na kwa mwanafunzi pia.

Hebu waza kuhusu darasa la wanafunzi wapya. Ni kiwango kipi cha ukuaji kilichoko katika tabia yako, ufahamu na ujuzi wao? Mwalimu anahitaji kudukua malengo ya somo hili na kulivunjavunja ili liweze kusomeshwa vyema – wakati mwingi darasa la mara moja.

Kwa sababu wakati na wanafunzi umeadimika hivyo twastahili kuchagua kwa makini mada zetu na vitabu vya kusomea. Ni nini twaweza kuwaza kuhusu wanafunzi? Wameendelea kiasi kipi? Wastahili kuwa wapi baada ya masomo? Au kwa upeo mkubwa, washiriki hawa wastahili kuwa wapi baada ya miaka mitano hapa kanisani au wanafunzi wapaswa kuwa kiwango kipi wakati wa kuhitimu?

Je, Ni Vyema Kujifunza Kuhusu Biblia?

Twadhani kwamba mafunzo mema ya Biblia yatosha kwa wanafunzi wanaoingia katika huduma ya kila wakati. Bila shaka, hilo ni kweli. Hivyo, waalimu wanajishughulisha na kuunda masomo yao kama vile utangulizi wa agano jipya. Jinsi wakati unavyoruhusu masomo maalum kama vile injili ya Yohana yanaongezewa.

Hili ni nzuri lakini ndilo lililo bora? Tunapoangalia mahitaji ya kawaida ya mwanafunzi kama vile, haja ya kufahamu Biblia, ina maana sana. Nilikutana na mwinjilisti mmoja kutoka India ambaye alikuwa amehuzunika sana kwa sababu hakuweza kueleza kwa nini Biblia haielezi kiasi kikubwa cha watu walitoka wapi katika vifungu vya utangulizi wa mwanzo.

Katika vyuo vyetu vya Biblia, tunazo shahada za uchungaji na upelekaji wa injili, vijana au mshauri. Lakini wanasimulia yale watayokuwa wakitenda na wala hao ni nani. Kiini cha maisha chakosoa mtazamo huu kwa sababu unahitaji ukaguzi wa ndani wa yale mwanafunzi na jinsi anavyojifunza. Punde tutambuavyo jinsi Mungu hufunza ndipo tutaweza kushirikisha vyema mipango yetu na yake.

Lengo yetu sio kukashifu mafundisho yanayotuzingira; Wengi, mimi nikiwemo, tumefaidika na masomo waliotufunza. Hata hivyo twahitaji kunoa maono yetu. Malengo yetu mara kwa mara huwa ni sawa, lakini hayahusiani na malengo makuu ya Mungu na makusudi ya kusomesha.

Huku tukiendelea kutumia mifano ya masomo ya kimsingi ya Biblia, twahitaji malengo makubwa kuliko kuendelea kupata ufahamu wa Biblia pekee. Hapa yamo mambo machache ya kuwazia.

- Hatuwezi tukajivunia ufahamu wetu wa neno la Mungu.

- Twaweza jifunza vibaya neno la Mungu na hivyo likose kutusaidia maisha yetu ya kiroho (kwa mfano mafarisayo).

- Twaweza pia kusoma neno la Mungu hata lianze kubomoa imani yetu (masadukayo ambaye hawakuamini kuhusu ufufuo)

- Twahitaji kujifunza neno la Mungu kwa njia bora hata tukaweza kumsikia Mungu akinena nasi.

- Twahitaji kujifunza neno la Mungu ili tukatambue jinsi linavyoingiana na changamoto zinazotukumba.

- Twaweza jifunza kwamba Mungu huongoza imani yetu tunapozidi kulifahamu neno lake.

- Ni lazima tuwe na moyo uliotayari ili tukajifunze yaliyo katika neno la Mungu.

Orodha hii inaweza kuendelea zaidi, lakini haya yametajwa ili kutusaidia kutambua kwamba kunayo changamoto kubwa iliyoko mbele ya mwalimu na mwanafunzi. Yesu anataja haya vyema kabisa.

> "Nyinyi kusikia mtasikia, wala hamtaelewa; kutazama mtatazama, wala hamtaona. Maana mioyo ya watu hawa imekuwa mizito, na kwa masikio yao hawaskii vema, na macho yao wameyafumba; wasije wakaona kwa macho yao, wakasikia kwa masikio yao, wakaelewa kwa mioyo yao, wakaongoka, nikawaponya" (Mathayo 13: 14-15).

Hatustahili kudhani kwamba ufahamu wa Biblia pekee utatusaidia ilhali mara nyingi huwa ni kinyume. Hata maziwa yaliyo bora kabisa huaribika na kuchacha. Wanafunzi wetu wanahitaji "kufahamu na mioyo yao na kumgeukia Bwana", hakutakuwa na uponyaji na mafunzo ya kweli.

Je si shida ingali ndiyo kubwa makanisani mwetu? Neno halisomwi ili lilete mabadiliko mbali kwa ajili ya kutumbuiza. Watu wamepoteza matumaini ndani ya neno la Mungu kuweza kubalisha au kuleta mabadiliko halisi katika maisha yetu. Wakati halisi wa kuabudu hauwaongozi watu wa Mungu kuishi maisha matakatifu. Ni kwa sababu hawajaingia ndani ya uwepo wa Mungu au kulisikia neno la Mungu? Mengi yanastahili kutendwa ili kuiandaa mioyo ya watu wa Mungu vyema.

Somo

- Mafundisho ya kiroho lazima yashirikishwe katika mafundisho yetu yote. Umuhimu wa malengo ya kiroho lazima ushinde umuhimu wa masomo.

- Nyakati nyingi waalimu wamekosea kwa kudhani kwamba elimu ndiyo haja kuu ya wanafunzi.

- Mafundisho yetu ni lazima yakaguliwe kuingiana na utaratibu wa mafundisho ya Mungu, la sio hivyo nafasi zetu zetu kutoa mwongozo zitapotaa.

Tafakari Na Kariri

- Mathayo 13: 14-15

Zoezi

➡ Umewahi kusoma masomo ye yote yanayohusiana na Biblia? (hata ya shule ya Jumapili)? Ni nini kilichofanya madarasa mazuri kuwa madarasa makuu? Ni nini kilifanya madarasa mabaya kwa maovu?

➡ Je unahisi kuwa masomo au mafundisho yako yalikuaandaa kwa huduma? Eleza vipi.

➡ Ni vipi yangeboreshwa Zaidi?

#26 Kuziba Pengo

Elimu ya magharibi huweka imani yao kwa elimu. Wakristo lazima wapinge mpangilio huu wa elimu na hasa elimu ya dini. Tumeitwa na mwito mkuu kuziachilia nguvu za neno la Mungu kwa maisha ya watu.

Pengo la mafundisho kati ya theologia na huduma inayofaa bado ni kubwa. Wale wanaohitimu hawako tayari kamwe kwa yale yaliyo mbele yao. Suluhisho la walimwengu kwa swali hili ni kuhitaji elimu zaidi. Shahada za uzamili na uzamifu sasa zapatikana kwa urahisi lakini lile wazo kwamba elimu pekee ndiyo inayohitajika bado halijabadilika.

Bila shaka, mengi yaweshatajwa kuhusu juhudi inayotumika kupata shahada hizi . Nidhamu ya mtu binafsi pekee ni zawadi kubwa, lakini ni vyema kuyaacha hayo na kutazama nyuma ya pazia. Je tunawauliza wanafunzi wetu iwapo wako tayari kwa maisha na huduma? Mara nyingi hawako tayari.

Mtazamo wetu wa elimu unasadiki kwamba mtu akiwa na ufahamu ulio sawa, ataweza kufanya mambo makuu. Hii inatokana na ubinadamu. Ufahamu ni sehemu ya mpangilio, na wala sio sehemu yote. Kunayo mambo muhimu zaidi, yakiwemo uundaji wa kiroho ambao ni lazima utekelezwe katika maisha ya wakristo.

Matumaini ndani ya ufahamu mara nyingi hututenganisha na watu baada ya kutuunganisha. Kukomaa kiroho kunalinganishwa vibaya na mafunzo ya kitheologia, lakini sivyo ilivyo. Wakati tunakutilia mkazo ufahamu, basi kuna wakati mfupi wa kukuza moyo na taaluma za huduma ili kuishi maisha ya utawa yanayotaa na kutumika vyema. Kwa mfano, twajifunza kuhusu shutuma za hali ya juu lakini tuna wakati mchache kujifunza jinsi ya kumruhusu Mungu atusameshe kupitia kwa neno lake ili tuwafunze wengine.

Tunafurahi kusikia kuhusu matumaini, lakini kwa jumla viongozi wajao kwa kanisa hawasomeshwi vizuri hali gharama yakufanya hivyo iko juu. Mambo haya bila shaka yanajumilisha nusu ya wasomi wote wanaoiaga huduma baada ya miaka mitano.

Kwa Nini Kuanguka?

Kwa nini kuna kuchanganyikiwa na kuporomoko? Ni kwa sababu neno la Mungu limeshindwa? Au yawezekana neno la Mungu halijapenya mioyo yetu? Au hatujapokea mafundisho yanayohitajika ili kuweza kuhudumu katika makanisani?

Mtume Paulo alimalizia sababu ya imani hii ndogo ni kwamba neno la Mungu halijapenya katika masikio ya msikilizaji. Fumbo la mpanzi, hata hivyo, Yesu analeta wazo hili kwa undani zaidi. Anasema kwamba watu wa Mungu hawajifunzi vyema kwa sababu mioyo yao haiku tayari.

Na je tukibadilisha mtazamo wetu ili kuandaa mioyo ya wanafunzi hawa ili wakaweze kulipokea vyema neno la Mungu badala ya kusoma tu kama zoezi au kusoma tu yale watu wengine wasema kuihusu Biblia.

Wakati wa masomo yale, Profesa mmoja wa agano la kale aliliambia darasa langu "Huu huenda ukawa ndio wakati wa kipekee utasoma agano la kale maishani mwako".

Waza yale aliyokuwa akifunza darasa.

- Agano la kale sio muhimu.
- Agano la kale haitakuwa na umuhimu maishani mwetu.
- Hautahitaji kusoma agano la kale tena baada ya kulisoma mara moja.

Labda alikuwa akitaja kitu kuhusu imani yake binafsi bila kunuia. Bila shaka, mambo yaliyonukuliwa hapo juu sio ya kweli mbali ni mtazamo wa maandiko ambao umekosa imani. Ijapokuwa hakusema hayo moja kwa moja, yaonekana aliyaamini. "Hayahusu maisha yangu na wala sidhani mtaamini kwamba agano la kale lina maana katika maisha yenu". Huu ndio ujumbe ambao waonekana kutolewa hapo.

Wanafunzi wanaanza kuogopa kusoma Agano la kale; katika hali kama hii, hamna nafsi ya imani yao kukua. Profesa ajua kwamba somo hili ni muhimu kwa sababu wanafunzi wote lazima walisome ili waweze kuhitimu.

Baadhi ya Profesa hata hawaamini kuwa agano la kale ni la kutegemewa (kinyume na inavyoonekana). Waisomesha kana kwamba wanaikashifu, wakiidunisha imani ya wanafunzi wao. Profesa wengine wanaamini ni la kuaminiwa, kama Yule niliyemtaja, lakini hakuamini linahusiana wo wote na maisha na huduma yao.

Mambo kama haya hutokea kila mara mchungaji anapohubiri injili, badala yeye kuwa amebadilishwa kwanza na neno la ukweli. Mhubiri anakosa imani kwamba kifungu chahusiana na maisha yake.

Imani Tele

Yesu alifunza agano la kale kwa njia tofauti kabisa. Aliishi maisha ya utawa kutokana na agano la kale pekee. Alinukulu kutoka Agano la kale alipojaribiwa na imani yake kwa neno la Mungu ilimlinda. Alifahamu yale Mungu Baba alikuwa nayo kwa maisha yake kupitia agano la kale.

> "Na baada ya kufunga siku arobaini mchana na usiku, mwisho akaona njaa. Mjaribu akamjia akamwambia, ukiwa ndiwe Mwana wa Mungu, amuru kwamba mawe haya yawe mikate. Naye akajibu akasema, imeandikwa, mtu hataishi kwa mkate tu, ila kwa kila neno litokalo katika kinywa cha Mungu" (Mathayo 4: 2-4).

Umuhimu wa kuchunguza tena njia za kujifunza yaliyomo haujakuwa muhimu kipita hivi sasa. Mwalimu lazima aende zaidi kusomesha yaliyomo na kushughulikia imani inayohitajika ili kuimarisha imani ya wanafunzi katika eneo fulani. Imani hii inahusiana moja kwa moja na kupata malengo ya Mungu aliyo nayo kwetu.

Kunayo sababu ambayo watu wa Mungu wameacha kukua ulimwengu kote. Watu wa Mungu wamefundisha kuridhika na ufahamu badala ya kuona Mungu akitimiza malengo yake.

Iwapo tutaenda kupata ufanisi kwa kuzibua kusudi na nguvu za maisha za Mungu, lazima tupinge wazo kwamba ufahamu pekee unaweza suluhisa shida. Twahitaji neno la Mungu likitenda kazi katika maisha yetu.

Wanafunzi wengi wanahitimu kutoka shule na vyuo vya Biblia wakitegemea ufahamu wao badala ya Mungu. Kwa nasaha nzuri, Mungu anaweza na anatenda kazi kupitia mifumo yetu na anafanya kazi kupitia kwao, lakini ingekuaje iwapo tungetarajia wanafunzi wabadilishwe ili kutenda na kuhudumu kama Yesu? Bwana wetu aliye mbinguni anatungojea tupate mafundisho yetu vyema kwa ajili ya kondoo wake na utukufu wa jina lake.

- Na je kama wanafunzi wetu wangeweza kujifunza jinsi ya kuondoka taratibu kutoka shule hadi kwenye huduma? (Je ingewagharimu ni kuhusu ufahamu, ujuzi, kujitolea, tabia n.k).

- Au katika mazingira ya kanisa, ni nini kingetokea iwapo watu wa Mungu wangekua kwa kweli hadi kutikia kukomaa kabisa? (Nia nini kingehitajika kutekelezwa kanisani ili kufikisha watu hapo).

Tunatarajia mambo machache kutoka kwa wanafunzi wetu na neno la Mungu kwa sababu sisi walimu tunayo imani haba. Yesu bila shaka alikuwa na imani kubwa kwenye neno la Mungu hasa agano la kale *"Imeandikwa......."* Hoja ni Mungu alisema na neno lake bado lina nguvu hata leo.

Somo

- Kutumaini ufahamu kunachanganya malengo yetu ya mafundisho, mafundisho yenye utaratibu na yasiyo na utaratibu.

- Imani ya mwalimu hushawishi mafunzo na imani ya wanafunzi, kwa wema au ubaya.

- Ni kwa kujitolea kwetu tu ili kuliamini neno la Mungu kama Yesu kusudi mafundisho yetu yawe ni ya kufaa, yenye nguvu, uponyaji na ya msaada.

Tafakari Na Kariri

- Mathayo 4:4

Zoezi

➡ Hebu chukua masomo mawili ya Biblia yanayohusiana, ya hivi majunzi au ya kale kisha eleza ni nini shabaha ya masomo hayo (waza kuhusu vyuo vya Biblia, shule za jumapili n.k).

➡ Walimu walimiki imani ya namna ipi kuhusu kiini cha habari hiyo?

➡ Je madarasa haya yalikusaidia vipi au kukudhuru?

#27 Kuwafunza Waamini Wapya

Katika vifungu vilivyopita, tumekuwa tukitambua yale tunayoamini kuwa ndiyo makosa ya mafunzo ya viongozi ambayo yamesababisha kuweko kwa viongozi na makanisa ambayo ni dhaifu, hayana utawa na hayajatayarishwa.

Ingawa hapo hatuwezi toa maelezo yo yote yanayohitajika katika kila hatua ya maendeleo ya kikristo tunatumai kutoa ufahamu wa kutosha wa ni kipi kinachostahili kutendeka. Hii itaelezwa kwetu kutoka kwa kwa mtazamo wa mshauri, mchungaji au mwanafunzi, tukiwasaidia kuwaza jinsi wao kwa uchacha wanafaa kuwaandaa watu wa Mungu.

Nguvu za maelezo ya Yohana ni jinsi kila hatua ya maendeleo ya kikristo inavyotangulizwa. Yohana anawatenganisha waamini katika vikundi vitatu. (Tambua kwamba sio madhehebu). Watoto wadogo, vijana na akina baba, katika kifungu hiki tutaangazia waamini wapya- watoto wadogo.

> "Ninawaandikia ninyi, watoto wadogo, kwa sababu mmesamehewa dhambi zenu, kwa ajili ya jina lake. Nawaandikia ninyi, akina baba, kwa sababu mmemjua yeye aliye tangu mwanzo. Nawaandikia ninyi, vijana, kwa sababu mmemshinda Yule mwovu. Nimewaandikia ninyi, watoto, kwa sababu mmemjua Baba. Nimewaandikia ninyi, akina baba, kwa sababu mmemjua yeye aliye tangu mwanzo. Nimewaandikia ninyi, vijana, kwa sababu mna nguvu, na neno la Mungu linakaa ndani yenu, nanyi mmeshinda yule mwovu" (1 Yohana 2:12-14).

Katika somo lililopita, kwa kifupi tulijadili jinsi mtoto mchanga, mfano wa mwamini mpya, anahitaji malezi na lishe maalum. Hilo ni funzo kwetu kama waalimu na wakufunzi. Kutokana na maneno ya Yohana, ni rahisi kutambua ni nini malengo kuu ya Mungu katika kiwango hiki cha kukua kiroho. Wakati huo huo tunaweza kujua jinsi ya kuwafundisha waamini wapya. Malengo ya Mungu kwa waamini na mafundisho yetu lazima yawe yanahusiana na majaribio madogo.

Kwa njia moja, hoja hii muhimu ya kufundisha na kufanya wanafunzi (Mathayo 28:20) haijatekelezwa vyema. Wachungaji wachache wanaamini kuandaa wanafunzi ni muhimu, lakini hawatadhubutu kusema hivyo, ni dhahiri kutokana na matendo yao au ukosefu wake. Ingawa twashukuru kwa mwaliko wakumpokea Kristo, kupuuza kwetu kuwalea hawa waamini wapya, kunafedhehesha sana. Tungeshangazwa iwapo tungemwona mama akimzaa mwana na kisha kuondoka na kuenda zake, akiwaza kwamba kazi yake imekwisha. Baadhi ya wainjilisti, kama vile Billy Graham wametenda kazi kiasi cha kufuatilia. Lakini mazoea ya kuhubiri pasi na kufuatilia na mafundisho, kunadhihirisha dosari moja inayochangia waamini wanyonge.

Haijalishi historia yetu wala tamaduni tulizoachiwa, kanisa limeitwa na Mungu kuwamiminia upendo mwamini mpya na kumpa malezi ya kiroho kila mtu binafsi wakati huo huo. Hasa katika hatua za mwanzo, kanisa lahitaji kuwa limepewa mafundisho ili kupeana hayo malezi. Kazi ya mchungaji, mwinjilisti, mwalimu itakuwa ni kutayarisha kanisa ili kutekeleza majukumu yake ya kimsingi ya kuwafanya wanafunzi.

Katika vitabu vingine vyetu vinavyohusu uwanafunzi vinatoa mafundisho zaidi katika nyaya hii, lakini ni muhimu kwamba tikapate kuona jinsi hilo lifanyalo kazi katika mazingira ya mafundisho.

Kwanza kama wakufunzi ni lazima tuwe na maoni ya kwamba ni jukumu la waamini waliokomaa kulea na kusaidia mahitaji ya kimsingi ya waamini wapya. Mwamini wa miaka miwili akiwa ametayarisha vyema, anastahili kuwa na uwezo wa kumwaada mwingine mpya.

Pili, tutafafanua kuhusu mahitaji ya kimsingi yanavyofanana. Hii itahusisha kuwa marafiki, kuwa na hamu zaidi ya shida za maisha pamoja na kuwafunza ukweli wa kimsingi wa neno la Mungu na kushirika jinsi ya kutatua shida zinazowakumba. Shida zaidi zinafaa kupewa mchungaji.

Tatu, twastahili kuonyesha jinsi mafundisho ya waamini wapya yanaingiana na taswira yote ya kukua kiroho na mafundisho yote. Mtazamo huu humsaidia mkufunzi kuyasambaza moyoni ya yale yanayotendeka kwa waamini wapya na itatumika kuwafunza waamini wengine katika siku za usoni.

Nne, tambua yale waamini wapya wastahili kusoma na kuyashika katika kiwango cha kwanza cha kukua ndani ya Kristo. Hii itahusisha kutafuta au kutayarisha masomo ya kufundishia (hilo ilitachukua pengine majuma saba hadi kumi kukamilika). Hayo yatatumika kama mwongozo wa wakati wao na waamini wapya.

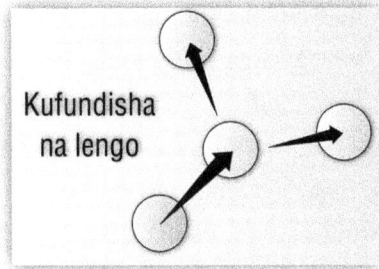

Kufundisha na lengo

Kwa kweli Yohana ana mengi ya kusema kuhusu mfumo huu wote katika kila kiwango. Kunayo mkusanyiko maandiko wa vifaa vya kuwafundisha kwa wao waamini wapya.

Mtazamo Mkubwa

Mungu hufanya kazi na mwanafunzi na mkufunzi kwa wakati mmoja. Hebu waza kumhusu mama na mtoto. Mungu anapendezwa kumwona akimlisha mtoto wake ambao amemleta humu duniani. Mama naye amebarikiwa kuona jinsi Mungu anavyotumia kulisha mtoto (ijapokuwa kuna changamoto pia). Vivyo hivyo, njaa na watoto wapya wa Mungu hawakumbusha wale waliokomaa kuhusu jukumu lao la kuwalea. Jinsi ile watu wa Mungu wanapotea malezi na ushauri (kufundisha) kwa waamini hawa wapya, wao pia watafaidika kwa kuona jinsi Mungu hufanya kazi na mchango wao, japo mdogo kwa maisha ya mwamini mpya.

Mkufunzi asiridhike kwa kufundisha waamini wapya waliochini ya ulezi wake mbali awafundishe vilivyo ili wao nao waweze kuwafundisha wengine. Ijapokuwa hili litachukua muda mrefu wa mawasiliano na kukutana. Wanafunzi kwa sehemu kubwa hujifunza kupitia mifano yetu.

Mafundisho ya mwamini mpya yamedhibitiwa na wakati, tupende tusipende. Kama vile mtoto mdogo hukua kisha anachishwa maziwa katika umri wa miaka miwili, mwamini mpya anahitaji kufunza ukweli wa kimsingi wa imani mara moja. Ninapoendekeza wakufunzi wakutane na waamini wapya. Kweli hizi yapata mara saba hadi kumi mara tu wanapoamini.

Wale ambao wanawafundisha wachungaji na wainjilisti sharti wasambaze maono haya kuhusu yale Mungu anakusudia kutenda katika maisha ya waamini, ijakuwemo kuwafundisha waamini waliokomaa ili kuwafunza waamini wapya. Hili lisipokuwa mojawapo ya malengo yetu makuu katika kufundisha, basi wote tunaowafundisha watakuwa kama mimi - mwamini mpya asiye na habari jinsi ya kuwafundisha wengine au jinsi ya kushughulikia changamoto zangu mwenyewe.

Hata hivyo, shida ni kubwa kuliko hivi. Kwa kuwa tusipokuwa na haya maoni au ufahamu ya jinsi ya kuwafunza wengine ili wawalee waamini wapya, tunaharibu nafasi nzuri ya kuanza kufundisha viongozi na hatuwapi waamini wapya wale wanayohitaji ili kukua na kunawiri.

Je, unaamini matatizo yaliyomo maishani mwa waamini kwa kweli yalianza kutokana na ukosefu wa mafundisho mapema? Ni aibu ilioje kwamba kanisa hupatikana likikashifu waamini kwa kutokua kiroho badala ya kutubu kwa kutopeana mafundisho na malezo ya Biblia kwao ili wakaweze kukua.

"Kwa maana, iwapasapo kuwa waalimu, (maana wakati mwingi umepita), mnahitaji kufundishwa na mtu mafundisho ya kwanza ya maneno ya Mungu; nanyi mmekuwa mnahitaji maziwa wala si chakula kugumu. Kwa maana kila mtu atumiaye maziwa hajui sana neno la haki, kwa kuwa ni mtoto mchanga" (Waebrania 5: 12- 13).

Changamoto Letu

Katika wakati huu ambapo kuna sauti nyingi za zinatoa ushauri, twahitaji, kama vile mama kwa kitoto kichanga, twahitaji kusambaza malezi yanayohitajika kwa dhati ya mmoja - kua mmoja na kuleta maziwa ya neno la Mungu yanayohitajika katika maisha yao.

Ninapenda kuyasikiza fasiri ya watu wa kanisa letu. "Nilisaidiwa sana na ndugu huyu au yule. Sitasahau yale niliyojifunza" Heri maelezo hayo yakaongezeke duniani kote. Kinachohitajika kwa dharura ni mafundisho ya 'mtoto' ambayo hufungua milango ya maisha ya wakristo walio na nguvu jinsi wanafunzi wanavyolewa basi nao vile vile watakuwa wanaouwezo wa kuwafundisha wengine.

Somo

- Kila mwamini mpya anahitaji mwamini aliyekomaa zaidi ili akamfunze binafsi.

- Pasipo mafundisho ya binafsi, waamini wapya hutipia changamoto nyingi zaidi na mara nyingi huacha kanisa.

- Wale wanahusika na uinjilisti na huduma za malezi wasifundishe tu mashauri ambayo hufunza waamini wapya binafsi mbali wasambaze maono kwamba siku moja kwa kuongozwa na Mungu watawafundisha waamini wapya.

Tafakari Na Kariri

- Waebrania 5: 12- 13

Zoezi

➡ Je umesha mshauri mwamini mpya?

➡ Iwapo la kwa nini?

➡ Je, uliwafundisha vipi? Tambua mmojawapo wa vitabu au hoja ambayo ilijadiliwa.

#28 Kuwaandaa Waamini Wapya

Malezi yetu kwa waamini wapya kunaadhiri utaratibu wote wa mafundisho. Iwapo hatutawaandaa viongozi wetu ili kufundisha, basi ukosefu wa msingi mwema kwa waamini hawa wapya hulemaza huduma yote. Kazi ya Mungu haitatendwa kwa namna na jinsi inavyohitajika.

ULINZI MKUU KUTOKANA NA UPENDO WAKE
Kugundua upendo 1
Muumini mpya

Mafundisho mema huwezesha kuleta mabadiliko yanayohitajika kuwaandaa viongozi chipukizi ili kuwafunza wengine katika nyanja tofauti za maisha. Kifungu hiki kitatoa mawazo jinsi ya kuwafundisha waamini wapya na umuhimu wa kuchanganya mafundisho haya pamoja na kiini cha maisha.

Kiini cha maisha huzungumzia kuhusu kazi maalum na ya kibinafsi ya Mungu katika maisha ya kila mwamini wa kweli na kanisa kwa jumla. Maisha mapya huanza maafikiano yasiyokoma na ya maisha yote na kazi ya utakaso ya Roho Mtakatifu kwa kila mwamini.

"Alituokoa, si kwa sababu ya matendo ya haki tuliyoyatenda sisi; bali kwa rehema yake, kwa kuoshwa kwa kuzaliwa kwa pili na kufanywa upya na Roho Mtakatifu; ambaye alitumwagia kwa wingi, kwa njia ya Kristo mwokozi wetu" (Tito 3:5-6).

Tambua kwamba kumimiwa kwa Roho Mtakatifu kunaashiria kazi ya Mungu inayodumu na isiyoyumbayumba kama mto unatirika katika maisha yetu.

Mtume Yohana alifafanua vyema kwamba mwamini mpya ana mahitaji maalum kama vile mtoto mdogo, familia hufanya mabadiliko makubwa ya muda na kifedha ili kuridhisha huyo mtoto. Kwa mfano wako tayari kutumia rasli mali zao zilizoadimika kwa kurembesha chumba au kununua vyakula vinavyohitajika kwa ajili ya mwanao. Yohana anatumia mfano huu ili kuongeza ufahamu wetu kwa hitaji lililo kubwa la kumlea mwamini mpya - misingi ya kusitiri maisha.

Mmojawapo ya changamoto ambazo tunazokumbana nazo tunapofundisha wengine jinsi ya kuwalea waamini wapya ni kwamba sisi wenyewe hatujawahi kufunza. Twasema "mimi nilinawiri vyema kwa hivyo mafunzo hayana maana". Lakini hatuoni jinsi mambo yangelikuwa bora zaidi.

Je, hatuoni jinsi kutoamini kumekita mizizi miongoni mwa vijana? Hawaoni nguvu za injili katika maisha ya mtu binafsi. Changamoto letu kuu ni kuonyesha umuhimu wa injili katika maisha ya kila mwamini.

Makanisa yetu yanatumia muda na fedha nyingi ili kuleta injili kwa maisha ya wengine lakini kidogo mno kwa kuwalea waamini wapya. Ni kama mtu atumiaye fedha nyingi kuinunua mbegu nzuri kabisa ili akuze mmea maalum, lakini baada ya furaha inayotokana na kuona miche ikiota, kisha anasahau kunyunyizia maji.

Iwe ni kanisa, chuo cha Biblia au shule ya mafunzo, ni lazima tukusudie:

1) Kuwashawishi watu wa Mungu kuhusu umuhimu na haja ya kuwafundisha waamini wapya.

2) Kuwaandaa jinsi ya kuwafundisha waamini wapya.

3) Kutoa vitabu vilivyopendekezwa ili vikatumike kuwafundisha waamini wapya na

4) Kutoa mwito kwao ili wafundishe waamini wapya wakiwa na mpango wa kuzaliwa ili kutumikia wengi.

Shawishi Wengine

Kuwandaa Wengine

Mara watu wanaposhawishika kwamba kuwafundisha waamini wapya ni muhimu, ni rahisi kuwaandaa. Kama vile mafundisho yo yote, wale wanaofundisha lazima wawe na uzoefu wa utaratibu. Mwalimu lazima kwanza awe na uzoefu wa kufundisha waamini wapya, kisha ataweza kuwaandaa wengine.

Baadhi ya viongozi wamejiandaa kufanya hivyo kuliko wengine. Usisahau kutumia wale ambao wana vipawa, waliomo kanisani au nje ili wafundishe. Ninakumbuka tukiwa watu kumi na watano, tukipitia kijitabu cha mwamini mpya. Niliwapa kijitabu hicho kikiwa tu na *vidoze* kisha wajaze ndani. Baadaye hiki kikawa kitabu kikuu chao cha kufundisha wengine. Niliyajenga maono yao pamoja na ujuzi na ufahamu wa kufundisha. Baadaye watawezatumia haya kuwafundisha wengine. (Hapa ndipo nilipoandika 3XE. Kitabu cha kuwafundisha waamini wapya).

Kukua kwa muumini mpya

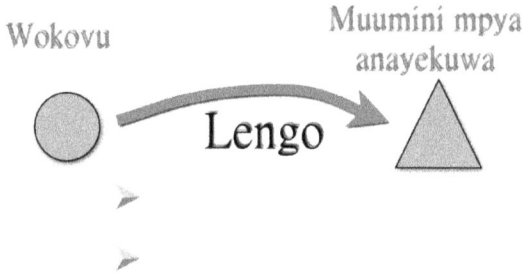

Wokovu

Muumini mpya
anayekuwa

Lengo

Kunazo njia nyingi za kuongeza mafunzo haya. Njia moja ya kutekeleza haya ni kuonyesha jinsi inavyotenda kazi kupitia kutekeleza majukumu darasani. Kiranja lazima asimamie darasa la kwanza la kufundisha wanafunzi. Kiongozi huyo anaandamana na mwanafunzi wakati wa mafundisho au kwa uangalifu kupitia zoezi la mafundisho baada ya darasa la kwanza. Kumbuka kwamba hili sio tukio la wakati mmoja. Tunaweza kuwauliza watu waliowaoga kuanza kuandamana nasi na kuwasihi kwamba waanze kushiriki katika wakati wa mafundisho. Kwa mfano, tunapozungumzia kuhusu injili na imani, wanaweza shiriki jinsi Yesu alivyowaokoa. Wanajifunza, wengine haraka, wengine pole pole, ili Mungu aweze kuwatumia kuwafunza wengine.

Akina mama wanaweza walisha watoto wao (isipokuwa katika visa vichache), lakini lenye shida ni kwamba hawajui jinsi ya kukabiliana na hali ngumu. Twahitaji kuwa kando yao tukitoa mawaitha kwa njia ya kuhimiza. Usisubiri wakuulize. Unachukua muda na wanafunzi hawa ili wasije wakakata tamaa. Wape nafasi ya kwanza ya kukumbuka jinsi ya kuwafundisha waamini wapya.

Leta Wengine Kufundisha

Ratiba na vitabu vya kufundishia wanafunzi vinazidi kuongezeka. Hili ni nzuri. Baadhi ya watu wanadhani hivyo. Nilipokuwa mdogo, kulikuwa na vikundi vichache ambavyo vilikuwa na vijitabu vyao vya mafundisho.

Kasoro moja kubwa ilikuwa kwamba ratiba hizi hazikuwa na msingi wake kanisani mbali zilikuwa za watu binafsi zikizingatia maisha yao ya kiroho. Mafundisho ya kanisa hayakuhusishwa vyema. Umuhimu wa mtu binafsi ulichukua nafasi ya upendo na huduma. Mambo sasa ni mazuri kiasi, lakini bado kunao uhasama kiasi kati ya kanisa na makundi yanayohusiana na makanisa. Wanahitaji kufanya kazi pamoja kwa malengo mamoja.

Makanisa machache hutayarisha vitabu vyao. Ningehimiza mtindo huu. Kila kanisa lingeandika vitabu vyao vya mafindisho ya waamini wapya kulingana na desturi zao, hata kutoa nakala tofauti kulingana na mahitaji ya watu wao. Kijitabu chenye chapa kubwa kingetengenezwa kwa walio wazee. Nakala maalum zenye lugha maalum zingetengenezwa kwa kuwahudumia wakimbizi au nakala yenye picha kwa wale wasioweza kusoma. (unaweza anza na kitabu chetu na kukiandika tena kiwe chenu).

Cha muhimu zaidi ni yale yaliyomo. Kitabu hiki kimeeleza wazo la kusudi la Mungu katika hatua tatu za mafundisho lakini tukaeleza tu kwa kifupi yale yatakayo jadiliwa. Ili kufahamu vyema tazama maktaba yetu ya mafundisho.

Utunzi Maalum

Utunzi wa mahitaji ya waamini wapya lazima yapewe kipao mbele na kanisa kama vile familia hupanga upya ratiba zao na raslimali zao ili kumtunza mtoto mdogo na mahitaji yake, vivyo hivyo kanisa lazima lihakikishe kwamba kunao utunzi mwema wa watoto wapya wa Mungu.

Mwamini mpya anahitaji mafafanuzi ya kimsingi ya injili. Malezi kutoka kwa neno la Mungu na kusaidia kufahamu jinsi Baba yao mpya anavyowatunza. Kusudi lake kukuza imani yao ili wakaweze kuimarika katika imani wakati huu wa usiodhabiti wa maisha yao.

Imani yao inahitaji kuimarishwa ili wasiweze kupotoshwa kwa urahisi mbali wawe na ufahamu mwema kuhusu dhambi, msamaha, Kristo na imani ili katika hali yao, wawe wamehakikishiwa kwa kweli kuhusu upendo wa Mungu unaodumu na mahitaji ya maisha yao.

Iwapo mwamini mpya atachomokea kutoka mazingira ya starehe, basi atahitaji mafundisho zaidi kuhusu mambo kadhaa ya maisha ya kikristo, jamii na utakatifu. Iwapo wataokokea kutoka mazingira ya sheria, basi watahitaji ufafanuzi maalum kuhusu wokovu, utakaso na uhuru wa injili.

Iwapo mwingine ana shida ya kujipata katika anasa au shida za kinyumbani au kazini, basi maelezo maalum sharti yatasaidia mwamini mpya ili aweze kufaulu dhidi ya mambo ya kipekee yanayowakumba. Haijalishi waliokombolewa kutoka 'ulimwengu' upi, wanahitaji mkazo wa kuambatana nao katika eneo hilo. Hii ndio sababu mafundisho ya mmoja-kwa-mmoja katika hatua hii ya kwanza ya kukua kiroho ni muhimu sana. Tusisahau ya kimsingi, hata hivyo kuangazia mkristo mpya kunatokana na ufahamu wa kimsingi wa wakristo huko wakiwasaidia wakristo ili waishi vyema katika ulimwengu utazingatiwa katika hatua ya pili ya kukua kwa mkristo.

Unganisha Imani

Kuunganisha ufahamu wa maisha yao mpya na yale Mungu anayafanya kwa ujumla ni muhimu. Picha hii kamilifu inaeleza ukweli wa kina ambao ni msingi wa maisha yao ya kikristo yanaendelea.

Yatambue mahitaji yao mapya ya neno la Mungu. Ni sawa na mtoto akiyatamani maziwa ya mamake. Wasaidie kutambua kuwa katika maisha haya yao mapya watakuwa wakitaka na kuhitaji neno la Mungu. Kama vile kula chakula, hili litakuwa ni jambo litakalokuwa laendelea ijapokuwa hamu yake ni kuu katika kiwango hiki.

Waamini wapya pia wana hamu ya kuwa na waamini wengine, ili kuomba na kushiriki neno la Mungu na wengine. Hii ni Roho wa Mungu akitenda kazi katika maisha yao akiacha wafahamu kwamba wao ni sehemu ya familia kubwa. Jinsi ambavyo tumedokeza hapa mara kwa mara kuhusu mambo haya, wakristo wapya waanza kutambua jinsi Mungu anajihusisha na maisha yao. Masomo haya madogo ni sehemu ya picha kubwa – Mungu anawapenda. Kumbuka kuunganisha yale yanayotendeka maishani mwao na kwa nini yanatendeka. Roho wa Mungu anatenda kazi ndani yao. Kwamba maisha yanakua na yanajidhihirisha.

Upendo Wa Mungu Usiobadilika

Upendo wa Mungu ni dhabiti na wa kweli. Hata tukianguka, Mungu ameweka njia ya kupata msamaha kupitia kwa Kristo. Yeye ni wakili wetu (1 Yohana 2:1-2).

Iwapo hatujalelewa katika familia nzuri, mara nyingi twajihisi kana kwamba lazima tudhibitishe tupo au tutasalia tukijihisi hatupedwi. Lakini na mafundisho mema, waamini wapya watakua wafahamu upendo wa Mungu usiobadilika kwao, haijalishi malezi yao mabovu.

Hali ya kujithamini (mafundisho ya neema na rehema katika limbuko lake) inakuzwa tunajifunza jinsi ya kujitengea msamaha wa Kristo tusiostahili kwa ajili ya dhambi zao kupitia Kristo. Wataona umuhimu wa kazi kuu ya upendo ya Yesu Kristo pale msalabani kwa ajili yao, sio kupitia kazi au utaratibu/dini zao wenyewe.

Katika kila kiwango, Mungu anakuza dhamani za kimsingi ambazo hatua ile nyingine itategemea. Pasipo ufahamu mwema wa upendo wa Mungu, waamini wapya watakuwa na wakati mgumu kuingia na kusonga mbele katika hatua ya pili ya kukua kiroho.

Leo hii ni shida kubwa ambayo kanisa iliridhi. Ukosefu wa malezi mema kwa waamini wapya huzaa waamini 'wakubwa' ambao hawatendi kazi.

Muhtasari

Mengi yanaweza kusemwa, lakini kwa muhtasari kumbuka haja yetu kubadili ukuu wa mambo ili tutilie mkazo wa kusudi ya Mungu katika hatua hii ya kwanza ya mafundisho huku tukiwatunza waamini wapya. Hakikisha tunawafunza vyema watu wa Mungu ili wawatunze hao waamini wapya.

Masomo haya ni ya kimsingi na muhimu na kwa dhihaka, yanakosekana kabisa kanisani. Bila malezi haya hawatapata msingi dhabiti wa upendo na kuamini ili kukua vyema katika hatua ya pili ya mafunzo ya Kikristo. Hawakuwa wale waamini ambao ulikusudia wawe, lakini watayumbayumba katika maisha yao ya Kikristo.

Wakati umewadia tuache kuwalaumu wakristo wapya kwa kuwa kigeugeu, na badala yake tuanze kuwapa malezi ambayo Mungu ametuagiza tuwape kuanza mwanzo.

Hatua ya mwamini mpya ni fupi na inastahili kutekelezwa mara moja. Ibilisi yuko tayari kuwamaliza mara moja. Ni sharti tufanye lolote tuwezalo kuwafikia kwanza na kuwaongoza. Kwa muda mfupi wana hamu kuu ya kusoma sana na kukua, na inavutia kutenda kazi nao sasa kuliko kung'ang'ana kurejesha walioshindwa na kurudi nyuma. Hebu na tuwe watendaji wa mapenzi ya Mungu.

Somo

- Kanisa na vikundi vyote vya kikristo vya mafundisho sharti wafundishe waamini wapya kwa uangalifu na binafsi.

- Waamini wapya lazima wafunzwe tukiwa na mtazamo wa siku za usoni, tukizingatia kukomaa kwao lakini pia kuwatumia ili wafundishe wale waamini wengi wapya.

- Vitabu vilivyotengenezwa kwa desturi na waamini wapya sharti zishughulikie mahitaji maalum wanayokumbana nayo katika maisha.

Tafakari Na Kariri

- Tito 3:5-6

Zoezi

➡ Umefunza waamini wapya. Eleza.

➡ Ni ratiba au vitabu vipi utavitumia kufunza waamini wapya?

➡ Waza kuhusu waamini wapya watatu ambao unawajua. Iwapo ungewafunza, ni nini mahitaji yao maalum ambayo ungehitajika kuzingatia?

➡ Iwapo ungehusika na mafunzo ya viongozi, anza kuweza masomo yaliyoundwa na desturi za watu wako na masomo maalum ili wafunze wengine. Andika umeenda umbali upi na mahali ungeenda kuwa katika mradi huu.

#29 Kuwadumisha Waamini Wachanga

Mahitaji ya vijana wanaobaleghe ni tofauti na mahitaji ya watoto, kama vile mahitaji ya mwamini kijana ni tofauti na ya mwamini mchanga. Tofauti imekuwa ni muda wa mwaka moja lakini mengi yamebadilika katika huo mwaka. Kifungu hiki kitaangazia kufunza waamini wakristo wachanga.

Huku hatua kelekea kukomaa huleta kwa haraka waamini wachanga katika hali mpya ambayo inamtayarisha kufikia utu uzima wa kiroho, bado hawajafika hapo. Wanahitaji mafundisho ya kiroho ili kuwaongoza wanapopitia mahangaiko ya namna ye yote ile.

"Nawaandikia ninyi, akina baba, kwa sababu mmemjua yeye aliye tangu mwanzo. Nawaandikia ninyi, vijana, kwa sababu mmemshinda Yule mwovu. Nimewaandikia ninyi, watoto, kwa sababu mmemjua Baba. Nimewaandikia ninyi, akina baba, kwa sababu mmemjua yeye aliye tangu mwanzo. Nimewaandikia ninyi, vijana, kwa sababu mna nguvu, na neno la Mungu linakaa ndani yenu, nanyi mmeshinda yule mwovu" (1 Yohana 2:13-14).

Yohana tena anatupa maono maalum kutoka 1 Yohana 2:12-14. Anatuangazia hali ya mashindano, majaribu na kujifunza kutoka neno la Mungu. Mfano wa mtu aliyevaa silaha za vita katika Waefeso 6 yaja katika mawazo yetu.

"Vaeni silaha zote za Mungu, mpate kuweza kuzipinga hila za shetani. Kwa maana kushindana kwetu sisi si juu ya damu na nyama; bali ni juu ya falme na mamlaka, juu ya majeshi ya pepo wabaya katika ulimwengu wa roho" (Waefeso 6:11-12).

Jambo muhimu la kukumbuka ni kwamba baadhi ya waamini hupitia mbali ni jambo ambalo waamini wote hatimaye watakumbana nalo – hilo litahusisha sehemu kubwa na mafundisho yao.

Ufanisi wao katika hatua hii ya pili kunahusiana kwa karibu na jinsi walivyotunzwa katika hatua ya kwanza. Mafundisho ya mwamini mpya husaidia kupata mtazamo mwema kwamba Mungu huwa karibu kila wakati kuwasaidia. Huwasaidia pia kupata uhusiano mwema na washauri. Bila ufahamu huu kusindilia ndani yao, haitakuwa rahisi kwao kumtumaini Mungu wanapopitia mafundisho ya mwamini mchanga. Shaka huleta kuvunjika moyo na kushindwa, ambako hatimaye huenda kukasabaisha kukata tamaa, wakiwaza iwapo wataweza kuwa washindi.

Ufahamu kwamba 'vijana wote wanaobaleghe' kiroho hupitia katika hatua hii huifanya rahisi kwa 'mkufunzi'. Hebu tukapate kuwajua marafiki wapya au wanafunzi ambao huja kanisani mwetu. Twaweza anza kukagua wako wapi katika safari yao ya kiroho. Hii pia itatusaidia kuweka vifaa vya kukagua ili kujua ni nini kanisa laweza tenda ili kuwasaidia katika hali walioko ya kukua kiroho kwa sasa. Yale ambayo awali yalikuwa hayafahamiki vizuri sasa ni wazi kabisa.

Kuhakikisha kwamba hamna hatari ya kulinganisha mtu binafsi na wengine ila kuiweka vyema, ramani ya ukuaji wa kiroho yaweza tumika. Hili itasaidia kila mwamini ajikague mwenyewe na kuwahimiza wenzake – sio kuhukumu. Nia yetu ni kusaidia watu wakue na wala sio kukashifu au kulinganisha.

Mahitaji Ya Mwamini Mchanga

Mwamini mpya anahitaji kujifunza 'kweli za kimsingi kuhusu wokovu, hakikisho la milele, na kadhalika'. Kweli hizi zinajenga matumaini ya kimsingi ndani ya Mungu. Yohana anazungumzia haya. Mungu Baba yuko hapo ili atufunze.

Mwamini mchanga hata hivyo sharti ajifunze kutumia neno la Mungu akiwa peke yake. Anahitaji kulishwa kila mara, ila anapaswa kujilisha mwenyewe neno la Mungu. Mabadiliko haya yatakuwa na uhusiano wa moja kwa moja na mafundisho yetu. Ni lazima tumwezeshe mwamini kupata ujuzi wa kuendeleza nidhamu yake ya kiroho akiwa na roho ya kuona na kutumaini, tayari kulitekeleza neno la Mungu kwake binafsi. Kwa mfano kuwafunza watu jinsi ya kusoma biblia kwa undani kutawasaidia sana katika kupata ujuzi wa masomo zaidi lakini sharti tukumbuke sote hatuna kiwango sawa kielimu kutenda hili.

Kina cha mwamini mchanga kuhusisha neno la Mungu katika maisha yao kutaadhiri pakubwa jinsi watakavyoweza kumpinga yule mwovu. Mafundisho ya walio wengi hapa ni mazuri lakini kushauri moja kwa moja kunafaa ili kusaidia katika shida za kibinafsi. Kuanzisha uhusiano mwema wa kutenda kazi kunatusaidia ili kuweza kushauri jinsi watu wanavyotenda katika hatua tofauti za maendeleo.

Umri wa mtu binafsi unaweza adhiri jinsi mwamini anavyoweza kukua kwa haraka kiroho. Mtoto mdogo atachukua muda mrefu kiasi kuliko mtu mzima ili kupitia kiwango cha mwamini mpya. Hii inatokana na uwezo wao kupokea na kuichanganua habari na jinsi wanavyotangamana na wengine.

Kusudi Kwa Mwamini Mchanga

Urefu wa hatua hii ya pili ya mafundisho, hata hivyo utategemea lakini yapaswa kuchukua miaka mitatu. Baadhi ya wengine, kwa bahati mbaya hawakui kupita hatua hii. Hawajawahi kujifunza masomo yanayohitajika. Kutoka kwa Yohana tunaweza chambua kwamba mwamini mchanga ana mambo kadha ya kujifunza:

1) Kujifunza binafsi na neno la Mungu (kwa mfano wakati mtulivu kila wakati na kusaidia)

2) Fahamu mafunzo maalum kutokana na neno la Mungu kuhusu nyanja kama vile kumshinda shetani kupitia kazi ya Yesu Kristo msalabani.

3) Kila wakati tofautisha na shinda majaribu ambayo huja katika maisha yetu.

Ni vigumu iwapo haiwezekani kusema kwamba mtu anapokuwa kijana wa kubaleghe na huacha nyuma miaka ya ujana na tabia. Kwa sababu haieleweki vizuri katika maisha ya kawaida, pia twaweza ruhusu iwe hivyo kiroho maana haitaeleweka kwa urahisi. Kunazo nyakati mtu atakuwa mchanga kiroho na kuonekana kana kwamba amekomaa ilhali nyakati zingine itakuwa ni kinyume.

Ni vyema zaidi kuangazia malengo kuu ya mwamini mchanga na kutambua ni nini sharti litendeke ili kuyaafikia malengo haya. Bwana wetu anaweza kutumia kila aina ya hali tunazokumbana nazo ili kutufundisha. Hamna jambo asiloliweza. Kuwa mwanafunzi, kama mkufunzi mkuu, yeye hapotezi wakati.

Kuinua Washauri Wema

Kitabu chetu cha kufundisha hatua ya pili kinaangazia jinsi ya kutumia neno la Mungu ili kukua katika hatua hii ya mwamini mchanga. Kumpata mshauri mwema ambaye anaamini kwamba tumemshinda yule mwovu sio tu kwa maneno mbali katika hali halisi ni muhimu sana.

Kwa sababu waamini wengi hawajafundishwa vyema, hawafahamu vyema masomo haya. Mkufunzi lazima ajifunze jinsi ya kuwaongoza watu hawa na kuangazia ni wapi wastahili kuwa kama waamini. Iwapo mshauri hajajifunza jinsi ya kuyaepuka majaribu kwa njia moja au nyingine katika maisha yake, basi mwamini mchanga ataanza kuwa na shaka iwapo Mungu atamsaidia naye pia. Hili linadunisha badala ya kukuza imani.

Nakumbuka nikijifunza ushauri na kusoma vitabu vingi vya kufundisha wachungaji ili kunisaidia kupata ujasiri nikapate kukua katika maeneo ambayo nilikuwa na changamoto. Haya ni mambo ambayo ningalifunza hapo mwanzo katika maisha yangu.

Kuna kutoamini fulani katika kanisa kwamba waamini wanaweza kuyashinda majaribu fulani ya kibinafsi ambayo yanawakumba. Majaribu haya mara nyingi huwa yanahusiana na maadili ya maisha yetu na jinsi yanavyoweza kuangazia mahitaji ya wengine badala ya mahitaji yao wenyewe. Mawazo ya 'mhusika' hudhani kwamba hamna njia ya kushinda. Pasipokuwa na historia ya kushinda, washauri hawana ujumbe wa tumaini kuwapa ila tu kutoamini na kuwapumbaza wale wanaowafunza kueleza kushindwa ni jambo moja lakini mshauri ameeleza kuhusu ushindi.

Hii ndiyo sababu twahitaji kuiweka ramani ya maendeleo ya kiroho wazi kusudi kila mtu, hata washauri waweze kuona wako wapi. Inachochea waalimu, wachungaji na wakufunzi kwa imani kwamba Mungu anaweza kuwasaidia katika tabia zinifu kama vile kutazama picha za ngono (kwa kweli ni uasherati), kiburi cha kiroho, hasira, na kadhalika. Tunakataa mazoea yanayozidi kuongezeka ya kutuma waamini wenye matatizo kwa 'wataalamu' ambao wanakomesha shida kwa utumiaji wa 'dawa' au 'kupimwa akili na roho'. Haya yanaweza kuwasaidia kutokana na tabia iliyozidi mipaka lakini hulemaza mfumo wao wa kiroho kujishughulikia. Mbona tusiwaonyeshe jinsi ya kushinda mambo haya na kujifunza jinsi ya kumtegemea Mungu kwa mambo yao? Nia yetu ni kuunda ufafanuzi wa waamini wachanga ili wakaweze kumwona yule mwovu akiwajaribu na jinsi ya kumuepuka. Wanapoendelea kutenda haya, wataenda hatua ya tatu ya kukua kiroho – moja ambayo itaendelea maishani mwao mwote duniani.

Bila imani ndani ya Mungu katika hatua, hatutaweza kufikia lengo kuu la kukomaa kiroho. Lakini tukiamini, kwa njia moja au nyingine, kwamba

Mungu amenikusudia mimi na wengine kupitia katika hatua ya pili ya kukomaa kiroho, basi tutaweza kumtegemea atuwezeshe. Imani yetu ndani ya kazi ya Mungu itatusaidia tusikate tamaa.

Somo

- Mwamini mchanga ana njia tofauti ya ukuaji kuliko ya mwamini mpya.

- Mwamini mchanga sharti ajifunze jinsi ya kujilisha mwenyewe na neno la Mungu ili akaweze kuyashinda baadhi ya majaribu.

- Kuna shida kanisani kwa sababu waamini waliokomaa hawajashawishika kwamba wanaweza shinda kila aina ya jaribu (hawakuwa kupita kiwango hiki).

- Ijapokuwa hatua za kuyashinda majaribu ni muhimu, waamini wachanga pamoja na wakufunzi wao mara nyingi hawawezi kujitenga jinsi ya kutenda hili, na hivyo waamini wanazama katika hali ya vuguvugu.

Tafakari Na Kariri

- Waefeso 6:11-12

Zoezi

- ➡ Kwa nini unaamini kwamba wewe ni au sio mwamini mchanga? Toa sababu.

- ➡ Je, umejiandaa vipi kumfunza mwamini mchanga ili kuyashinda kila aina ya majaribu?

- ➡ Je, kunao maeneo ambao hujayashinda au hautajua kumsaidia mtu mwingine? Ni maeneo yapi? Muulize Bwana akarejeshe imani yako kwamba watu wake wanaweza kushinda, na onyesha jinsi ujuavyo kwamba watu wa Mungu wanaweza kuyatenda hivyo.

#30 Kuwaandaa Waamini Wachanga

UJASIRI MKUU KATIKA NENO LAKE

Kuzingatia imani

2

Muumini mchanga

Hebu tuzungumzie mafundisho ya waamini wachanga. Kila mtoto mdogo atakuwa mkubwa kimwili lakini wengi huwa na wakati mgumu kukomaa. Wanaweza kutofahamu mambo mengi, hasa iwapo watakua katika nyumba zisizo na upendo. Iwapo wamechomokea katika mabaya, shida zao zitakuwa nyingi. Lile ambalo ni kweli kuhusu kimwili lafaa kwa waamini wachanga kiroho.

Baada ya kufundisha na kuzungumza na watu wengi tukiwatayarisha kwa huduma, nahisi kwamba sio wachache ambao huenda vyuo vya Biblia ili kushughulikia shida zao wenyewe. Wanadhani kwamba theologia itawafanya shida zao binafsi zitokomee. Wangalipokea mafunzo ya jinsi ya kuyashinda matatizo yao, kanisani na kisha sasa kuingia katika mafunzo rasmi, kwa sababu ya mwito.

Kwa nasaha mbaya , mafundisho wanayohitaji kwa hatua hii ya pili ya mafundisho haipo katika makanisa mengi. Kwa sababu hiyo, katika vyuo vingi, mafunzo ya mashauri na shahada zake zimekuwepo kwa sababu kanisa haielekezi watu wa Mungu vyema katika mambo haya.

Ninawaza iwapo wale huketi katika madarasa hayo husaidika kwa kweli. Sababu ni kwamba pana ukosefu mkubwa wa imani ya mahali wakristo wanapaswa kuwa, au jinsi ya kufika hapa. Washauri wengi hufundisha kwamba mtu anastahili kuvumilia kiasi fulani cha hasira na wasiwasi, lakini hii ni kuchukua msimamo uliotofauti kabisa kutoka tuliopewa katika Biblia. Tunahitaji kumaliza hasira sio tu kuishughulikia.

Mungu yuna malengo na njia yake, lakini kanisa bado halijakubali malengo ya Mungu na halitegemei njia zake ili watu wake wakue. Shida haitokani na ulimwengu ambao waamini wapya wametokea lakini ukosefu wa imani kanisani na katika viongozi wake.

Mungu anapenda watu wake wote wapokee mafundisho makubwa ili wakaweze kukua na kuwa watu wenye nguvu na wema. (Waefeso 4:15-16). Mafundisho haya hayapaswi kuachiwa wataalimu wenye vyeti vya serikkali katika ushauri. Waamini waendelea kuwaza kwamba mtu unahitaji shahada ya uzamifu ili aweze kusaidia mtu mwingine aweze kikabiliana na shida za kimsingi katika maisha. Hili ni kosa.

Ingawa makanisa yapaswa kuwa yakiwafundisha watu wake, wengi hawatendi hivyo na kwa sababu hii maelezo haya yanahitajika, katika shule za Biblia na vyuo. Kile ambacho mchungaji, au mumishonari, au mwalimu wa kikristo, au mtenda kazi wa vijana, au wale ambao hawajaoa au kuolewa, mke, na kadhalika, hawahitaji kufahamu au kuishi maisha ya haki? Sote twahitajika kuishi maisha mema ndio shina ya kuhudumu katika Kristo. Twayahitaji mafunzo haya ili tukaweze kuhakikisha watu wote wa Mungu wako na nguvu na afya kiroho.

Viongozi pia wanahitaji mafundisho jinsi kiini cha maisha kitahusishwa katika huduma zao za mafunzo. Wanahitaji kukubali malengo ya Mungu ili kuishi vyema na kujifunza jinsi ya kuwafunza wengine. Hapa mna malengo ya mafundisho ya waamini wachanga. Kila mwamini mchanga anahitaji:

- Aandaliwe kabisa ili kuweza kutambua majaribu.

- Afahamu shida kuu katika majaribu

- Atambue jinsi majaribu uhusiana na hali ya dhambi zao na ulimwengu

- Apate na kutumia ukweli ili kupigana na majaribu

- Tambua sehemu ya msamaha katika mioyo yao

- Shuhudia binafsi nguvu za Roho wa Mungu.

Mtume Yohana alitaja ukweli: *'vijana mmeshinda yule mwovu'*. Watu, waume kwa wake wa Mungu ushindi wao umehakikishwa. Tunaporuhusu nguvu zote za neno la Mungu katika maisha yetu, imani yetu hutiwa nguvu na tunawezatambua uongo wa shetani kutekeleza ukweli na kusimama imara.

Kukua kwa mwamini mchanga

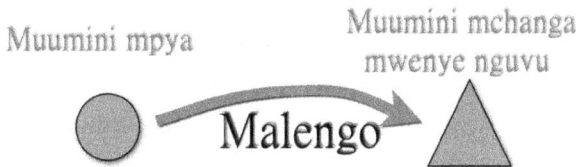

Muumini mpya

Muumini mchanga
mwenye nguvu

Malengo

Ni kwa njia zipi imani ya
mwamini mchanga inafaa ikue?

"Kwa maana kila kitu kilichozaliwa na Mungu huushinda ulimwengu; na huku ndiko kushinda kuushindako ulimwengu, hiyo imani yetu" (1 Yohana 5:4).

Tena twastahili kusisitiza kwamba haya yote ni sehemu ya utaratibu ulio mkubwa wa kiina cha maisha. Maisha ya kiroho yalitolewa kwetu ili tuweze kushinda dhidi ya majaribu (ingawa hilo sio lengo letu kuu). Washauri wengi hawaongozi watu wa Mungu kwa ushindi badala yake jinsi ya kuzoea au kuvumilia kushindwa. Hili ni mbali na makusudio ya Mungu katika injili ya Yesu Kristo. Mungu anataka ushindi kila wakati. Ni sharti tukome kumpa yule mwovu sehemu ye yote katika maisha yetu.

Manufaa Ya Mafundisho

Kutoka mwanzo, bila shaka, twahitaji kurejelea daima nguvu za msalaba ili kupata msamaha na urejesho. Hii ni kwa kifupi kutukumbusha kuhusu neema ya ajabu ya Mungu.

Kama mwamini anavyostahimili vita baada ya vita, hata hivyo anaanza kuona jinsi yule mwovu humlemea na kumshinda. Mafunzo katika kiwango hiki yanastahili kuangazia jinsi ya kupinga hila za yule mwovu kupitia nguvu za neno la Mungu ili kusimama imara.

Kwa kutekeleza mafundisho haya kwa kila mwanafunzi, mshiriki wa kanisa, mhudumu, na kadhalika, tunaikuza imani ya kila mwamini. Hii sio tu kukiri 'ninaamini' mbali ni kujifunza jinsi ya kulichukua neno la Mungu na kulitumia ili kumshinda yule mwovu.

Je, haya sio makusudio ya kwa maisha ya kila mwamini? Ni kwa nini waamini wengi hawapiti kiwango hiki. Wachungaji na walimu wengi huniambia kwamba wangali katika hatua hii ya pili. Iwapo wangali hapo, basi hawajakomaa katika imani yao ili kuwafunza wengine jinsi ya kukwepa hasa katika nyanja walio na udhaifu. Kinacho haribu hali hii zaidi ni wale viongozi ambao hawajashawishika kwamba inawezekana kuishi maisha mwema na kuyashinda majaribu.

Kujifunza Jinsi Ya Kufunza

Waweza kuwa unashangaa jinsi ya kufunza mambo haya? Ni wapi twaweza jifunza jinsi ya kutekeleza tabia na tamaduni hizi? Mafundisho yana changamoto kivyake, lakini sio ya kukanganya au ya bei ghali. Mtume Yohana ametenda kazi nzuri sana kwa kulenga maeneo tunayostahili kuzingatia.

Kanuni za msingi zaelezwa katika vifungu vinne vya kwanza vya kitabu chetu *Reaching Beyond Mediocrity; Being an Overcomer*. Hili limejengwa juu ya wazo kwamba Mungu ameshatufanya kuwa zaidi ya washindi na kwamba Mungu anafanya kazi kwa niaba ya vita hivi vya kiroho ambavyo twajihususha navyo ili kuangaza utukufu wake. Vifungu vya mwisho vinatumia kanuni hizi kuonyesha jinsi ya kututia nguvu kuzishinda shida za kubunafsi kama vile hasira, tamaa na kiburi.

Iwapo mtu hatajifunza jinsi ya kukabiliana na "dhambi ndogo", dhambi hiyo zitamumiliki kisha zimumalize kabisa. Hebu waza kuhusu hayo. Ulinzi unahitajika kutendeka katika moyo kupitia neno la Mungu. *"Linda moyo wako kuliko yote uyalindayo; maana ndiko zitokako chemchemi za uzima"* (Mithali 4:23).

Mafundisho haya hayachukuwi muda mrefu. Kama vile mtu astaili kukuwa akipitia miaka ya kubalehe, mwamini mchanga anastahili kukua hadi kufikia ukomavu katika miaka michache.

Mara nyingi nimesema huchukua yapata miaka mitatu kupitia hatua hii kanuni hizo zafahamika vyema iwapo mwanafunzi ana ufahamu wa neno la Mungu. Tatizo sio wakati au gharama. Tatizo kubwa ni kushawishi walimu na wachungaji kwamba hilo ndilo Mungu anataka watende na anaweza kutenda kwa urahisi hatupendekezi aina fulani ya miujiza au uchawi ya uponyaji kufuatwa ila tunatia kanuni za Biblia ambazo zatenda kazi.

Kufafanua Maono Yetu

Waza kwa muda. Ni nini mawazo yako kumhusu mwamini wa wastani? Je, wadhani wakuwa kufikia kukomaa kwa ukamilifu? Je, wanaweza kuyashinda majaribu ya kila namna? (Hili ni tofauti na yale tunayoyaona makanisani mwetu).

175

Na ingekuwaje kama kila mmoja wetu tungeamini kwamba Mungu angetuhitaji kuyashinda kila majaribu ili tusiweze kuwa na haja ya kuanguka. Je, si huo ungekuwa ni ujumbe mwema? Kanisa hili ni vuguvugu kwa sabau limekata tamaa kwamba mabadiliko halisi yaweza kutokea.

Ni watu wa namna gani wanaohitimu kutoka vyuo vyetu na shule za Biblia? Ni viongozi wa namna gani tunaowatoa kutoka makanisani mwetu? Je, tunaridhika na ukomavu wao wa kiroho? Katika hali nyingi majibu ya maswali hayo ni 'la'. Jibu ni rahisi. Hatujawafunza kwa namna ambayo neno la Mungu linatuongoza. Kutokana na kutoamini na kushindwa walikojifunza, watawafunza wengine kutokuwa na ushindi katika maisha yao ya kibinafsi. Ni muhimu viongozi wetu kujifunza kuishi kwa ukweli wa neno la Mungu na kuwafunza wengine kufanya hivyo.

Makanisa yetu yako matatani sio kwa sababu hayawezi badilika mbali kwa sababu yanaamini hayawezi kubadilika. Ingawa mazoea huongeza vizuizi zaidi kuweza kushinda, vile vile vyaweza rukwa kama tunavyotekeleza kanuni hizi katika mioyo ya imani.

Kutekeleza Maono Ya Mungu

Tutatekelezaje mambo haya shuleni na makanisani mwetu? Baadhi ya maelezo yanaweza someshwa katika madarasa, lakini vikundi vidogo na ushauri ni muhimu kutambua shida za mtu binafsi na kuweza kuonyesha jinsi mpango wa ushindi hutenda kazi.

Mara nyingi watu hawapendi kukiri unyonge wao na dhambi zao hadharani. Huenda wasiwe na shida kuzungumza kuhusu aina fulani za dhambi, lakini zingine zimefichika, hata mawazo yaliyo kinyume na ya dhambi, marejeo mengi ya dhambi kama vile roho ya kutosamehe, yamekita mizizi katika maisha yetu mapema tangu utotoni hivyo mazoea yetu yanazima dalili za uchungu, kujitoa, kuhisia na kutoamini.

Nayajuaje mambo haya? Neno la Mungu limetueleza hivyo. Nimeshaona yale hutendeka iwapo hatuishi kwa kanuni zake kuu – maisha yetu huelezwa kwa kushindwa na kupungukiwa badala ya ushuhuda na ushindi upande ule mwingine nimeshapata kuona maajabu yatokanayo na nguvu za ukweli ukitenda kazi maishani mwangu na ya mwingine. Ushindi wa kibinafsi huchangia pakubwa kuanzisha mafundisho murwa. Hauwezi toa kitu usichokuwa nacho. Shule za huduma pamoja na makanisa sharti waanzishe wakufunzi wenye ushindi ili kutekeleza mpango wa 2 Timotheo 2:2.

Mungu anatushangilia tufikie ushindi. Ametenda hivyo ili tukaweze kuwa washindi, sasa twahitaji kumtii yeye, tukue katika hatua hii na kufikia kukomaa kwani huko ndiko aliko na mipango mikubwa kwa ajili yetu. Ubora na wingi wa huduma zenye mazao kunategemea kwa ukubwa jinsi tutakavyotenda katika hatua hii ya pili.

Iwapo kanisa litakuwa na kweli hizi zimetangamanishwa na mafunzo ya waamini wote, watu wa Mungu wangekuwa wenye nguvu katika imani yao. Ufufuo ungekuwa umefika. Familia zinerejeshwa. Tungekuwa na viongozi wengi wakubwa. Pasipo kufinyangwa vyema kwa roho na mawazo, ingawa wanaongeza shida zetu, huku njia za giza zake yule mwovu zikinyemelea maisha yetu. Mafunzo ya kweli lazima yahusishe kuimarisha maisha mema yenye nguvu pasipo hivyo hamna upendo wa kweli.

Somo

- Waamini wengi huedeleza maisha kana kwamba wameshindwa kwa sababu hawajaguswa na nguvu na utukufu wa neno la Mungu linalofanya kazi katika maisha yetu.

- Mungu ameipa kanisa mbinu za kuishi maisha matakatifu kwa kuishinda dhambi kila wakati na kusisitiza ukweli wa msalaba kwa kushindwa kwake.

- Wakati kanisa linakumbatia imani ili kushinda majaribu na dhambi, kisha itajifunza jinsi ya kumtegemea Mungu mwenye nguvu na kupata ufufuo.

- Mafunzo lazima yatoke kwenye viongozi ambao wameona nguvu za Mungu zikitenda kazi maishani mwao.

Tafakari Na Kukaririi

- 1 Yohana 5:4

Zoezi

➡ Tambua unyonge mmoja katika maisha yako na hatua zinazohitajika kuushinda. Je, unajishughulisha kulishinda shida hiyo? Je unaweza kuwasilisha mpango huo kwa wengine.

➡ Taja dhambi kadhaa kubwa ambazo waziona kwa wengine. Eleza hatua zinazohitajika kuwasaidia kila mmoja wao kupata matumaini na imani ili watoke kwenye hizo dhambi.

➡ Je, kanisa lako au shule yako huvumilia kutokomaa na tabia/ mambo ya dhambi kati ya viongozi wanaowaandaa. Shida hii inawezatatuliwa vipi?

#31 Kuwashauri Waamini Wanaokomaa

Mmojawapo za changamoto kubwa kuhusu kuwaza juu ya hatua hii ya tatu ya kukua kiroho iliyoelezwa na Yohana kama 'Baba', ni kwamba kitamaduni haifai kumweleza mtu au wengine kuwa ni waamini waliokomaa. Mawazo ya namna hii hudhihirisha unyenyekevu wa uongo na huwazuia watu kutopata mtazamo wa maisha kulingana na Biblia unahitajika. Je, wajua Baba ye yote ambaye hukana kuwa baba? "Ah, unafikiri hivyo. Lakini mimi bado sio baba?" Taswira hii ni ya kukanganya. (Hasa unapowaona vijana wake wakimvuta huku wakitaka kitu kutoka kwake). Kwani hali ya kuwa baba ni hatua ya kawaida ya maisha – hamna cha kuona haya.

Shida ya kiburi na mtego wa kudhani kwamba 'tumeshafika' ni shida kubwa kabisa, lakini tukitazama vyema hatua ya kuwa baba, tutatambua kwamba kuna njia mwafaka za kibiblia za kukabiliana nalo.

Kulinganisha ni tatizo la mwanadamu wa dhambi. Tabia ya mwanadamu ni kutaka kuwaza kwamba yeye ni bora kuliko wengine. Mtazamo wa Biblia ni kwamba:

1) Endelea kukubali kanuni na malengo ya Mungu.

2) Tuendelee kumtafuta Mungu ili atushauri na kutuongoza kwa utauwa.

3) Tufundishe ili tuweze kuwasaidia waliokaribu nasi vyema.

Je, waona utofauti? Endelea kutafuta kukua. Tunakubali kwamba tuna nafasi ya kukua na kukomaa zaidi. Tukizingatia kuwatumikia wengine, hatutapata kujilinganisha na wengine. Huu ndio hali bora ya hatua ya tatu ya akina baba. Iwapo jambo lo lote tungekuwa tukiwalilia hao wakristo wengi wanaotuzingira ambao hawajapata kuwa baba ila wametegwa mahali njiani.

Yesu alisema ilikuwa vyema na busara kwa mtu kujidhani kuwa amekomaa. *"Maana nchi huzaa yenyewe; kwanza jani, tena suke, kisha ngano pevu katika suke"* (Marko 4:28).

Hatua hii ya mwisho ndipo twastahili kuzaa matunda. Kinyume ni msiba mkubwa kwamba maisha yetu hayazai tunda lo lote la utawa kwa sababu ya kujionea huruma. Pengine kwa kupoteza wakati ukitazama filamu au kucheza michezo. Hii pengine, hamna dhambi kuu kuliko kwa baba kupuuza mahitaji ya wanawe huku akitumia pesa zake na wakati wake kuponda mali. Hutendeka, lakini ni jambo la kuhuzunisha sana.

Katika hatua ya kwanza tuliona jinsi mtoto mchanga alivyokuwa akiwategemea wazai wake, hata kwa mahitaji ya msingi ya maisha. Kwa njia hiyo, twapata ni vyema kwamba kila mwamini akue ndani ya Kristo hadi kukomaa ambapo watawaongoza wengine kwa Kristo na kuwasaidia katika maisha ya kikristo iwapo hakuna mtu anashughulikia waamini wapya na wachanga, watapatapa katika imani yao. Hii ndio roho ya kuwa baba – kuwajali wale walio karibu nasi, na kwa kiasi kidogo wale tuliowaongoza kwa Kristo.

Katika hatua hii ya tatu ndipo tunapowafunza waamini jinsi ya kuwalea wengine. Ikiwemo hapa ni kukuza msingi wa kuhudumu, ni kufahamu jinsi ya kupalilia maisha yaliyo na uhusiano wa dhati na Mungu. Kama akina baba, waume kwa wake wa imani hukomaa katika mambo haya, hukuza viongozi ambao wako tayari kusimamia mahitaji ya kanisa kwa jumla, na pia kuwahudumia wale waamini wengine walio karibu nao.

kuwashauri Waamini Wanaokomaa

Kutoka Kwa Mtazamo Wa Mzazi

Ninao watoto nane wenye umri wa miaka 22 kati ya aliyemchanga hadi aliyemkubwa. Sasa nina vijana wane wanaobaleghe, hali hii itaendelea kwa muda mrefu. Baadhi yao wanakaribia kuhitimu kutoka shule ya upili hali wengine bado hawajatulia katika maisha yao ya utu uzima. Hatumo mbioni, lakini twaomba kila wakati kwamba tutapata elimu inayofaa ambayo itaweza kupata kazi nzuri ili nao pia waweze kuzilea familia zao wenyewe. Kama wazazi twawatakia mema zaidi kuliko mtu mwingine ye yote.

Mungu kama 'mzazi' wetu pia anatutaka tukomae. Kukomaa kunaleta hali ya kuridhika kwa yale Mungu amekusudia kwa maisha yetu. Hatua ya tatu ya kuendelea kiroho sio kama kihindi ambapo aliye na roho nyingi hujitenga na familia yake na ulimwengu 'halisi' akiendeleza maisha yake yote akitafuta mwangaza wa kiroho. Kinyume na hayo, mwamini mkristo aliyekomaa hutafuta uhusiano zaidi na Mungu ili wakaweze kusaidiana na kuwatumikia wengine.

Pengine watu katika dunia hutumika tu kwa ajili ya kupata kuzawadiwa fedha au hisia. Watu wa Mungu hutumika kwa sababu wamelemewa na shukrani kwa Mungu kwa kazi yake katika maisha yetu. Twatafuta kupendeza yeye na kuwalea wengine. Baadhi ya wakristo wameitwa kuwa wachungaji, lakini waamini wote wamekusudiwa kuwalea wengine. Wachungaji huwaandaa wote ili kutumika. (Waefeso 4:11-12).

Kuwa Na Roho Ya Kutumika

Je mtazamo huu wa kutumika unaingiana aje na maisha yetu? Maono ya kutumika yapasa kuwa yamehusishwa katika mawazo na moyo wa mwamini. Hii ni changamoto kubwa kwa jamii nyingi katika dunia ambapo walio katika mamlaka wanahisi kwamba sasa ni wakati wa kutumikiwa. Ubinafsi huu ni kweli katika ulimwengu huu wa kisasa. Twatazamia kustaafu ambapo tutajitosa katika anasa, bila ya kuwa na majukumu kwa wengine.

Paulo aliwakemea wale waliozingatia hali yao ya kiroho bila ya kuwajali wengine *"Ndugu zangu, msiwe watoto katika akili zenu; lakini katika uovu mgeuzwe watoto wachanga, bali katika akili zenu mkawe watu wazima"* (1 Wakorintho 14:20).

Kama wakufunzi twahitaji kwa makini kuzingatia yale yanayohitajika na wale walio karibu nasi na kutoa aina yo yote ya mafunzo maalum unaohitajika. Baadhi ya makanisa wanatafuta ratiba za mafundisho. Ratiba huwa mara nyingi ni utaratibu na zisizopindukana mara nyingi bila kuruhusu Mungu atuongoze na kuchangia. Raslimali ni nzuri, lakini wakati sharti utumike na watu binafsi ili kuona jinsi Bwana anavyoongoza mtu. Raslimali nyingi kama vile mikutano ya mafunzo ya video yaweza tumika, lakini lazima tuhusishe nyakati ya kipekee na Mungu.

Asubuhi ya leo, katika wakati wangu mtulivu, kabla sijaandika hili, nilikuwa nikimtafuta Bwana kuhusu maadalizi ya safari yangu ya mafundishi ng'ambo. Bwana alinishawishi kuandika kijibarua kwa baadhi ya ndugu zangu ili waweze kunifafanulia baadhi ya mambo. Nilipoipata tarakilishi yangu, hoja hii ilikuwa imefafanuliwa na barua-pepe kutoka kwa washirikishi wangu akitaja jambo hilo hilo. Mungu alidukua moyo wangu na kisha akadhibitisha hilo. Uamuzi ulikuwa ukihitaji fedha, lakini Mungu alikuwa ndani yake. Nina matumaini kwamba Mungu atatimiza hitaji hilo. Kupitia njia hiyo imani yangu ikakuzwa kwa mambo makubwa zaidi. Mafunzo haya mengi hujifunza faraghani na Mungu.

Wafunze waumini waliokomaa jinsi ya:

- Kutafuta uhusiano wa dhati na Mungu
- Chambua kwa kina neno lake
- Kabiliana na shida kubwa za kibinafsi
- Vumilia wakati wengine wanakata tamaa
- Kuwa na imani hata wengine wakiwa na shaka

- Ishi maisha masafi hata wengine wakijitia unajisi
- Dhihirisha upendo wa Mungu kwa kuwatumikia wengine
- Kwa upole kabiliana na wengine inavyohitajika

Mwamini wa kweli haachi kutamani kukua. Tunakua katika uhusiano wetu na Mungu, tukitamani kuwa kama Yesu na kuwatumikia wengine vyema. Kama mkufunzi au mshauri, kila wakati tunamtazamia Mungu ili atuwezeshe jinsi ya kuimarisha maendeleo kati ya nyanja mmojawapo ya maisha yetu.

Somo

- Waamini wanapaswa kujiwazia kwamba wao "wamekomaa kiroho", wawezekuwa karibu na Mungu na kuwawezesha ili wakawatumikie wengine walio karibu nao.

- Mungu anataka tumzalie matunda katika maisha yetu. Hili hutendeka zaidi wakati waamini waliokomaa kiroho huona roho ya Mungu ikifanya kazi katika maisha yetu.

- Mafunzo yetu ni lazima yatie maono kamili ya waamini lakini kuwaandaa ili wadumu karibu na Mungu na kuwatumikia wengine.

Tafakari Na Kariri

- 1 Wakorintho 14:20

Zoezi

➡ Je, wewe ni mwamini aliyekomaa? Je, unaushahidi upi kudhibitisha jibu lako?

➡ Je, una changamoto zipi ili uendelee kukaa karibu na Mungu?

➡ Je, umewahi kukabiliana na uchovu wa kazi – ambapo unajihisi umenyauka kiroho na hauwezi endelea kutumika kama vile

ulivyozoea? Je, uliishughulikia vipi? Je, utamshauri vipi mwingine
kukabiliana na hali hii?

#32 Kuwaandaa Waamini Waliokomaa

Kuwafunza wale walio katika hatua ya ukuaji wa kiroho wa Mkristo ni tofauti kabisa kutoka kwa hatua za kwanza mbili.

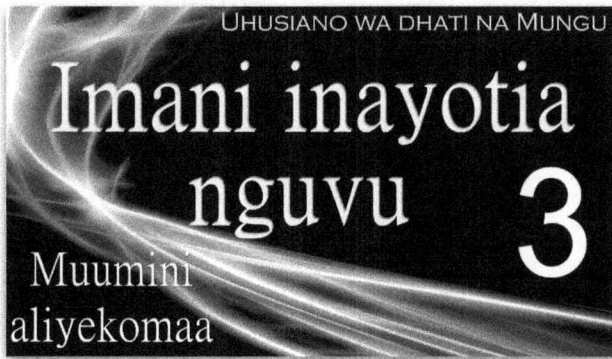

Mtazamo wa hatua za kwanza mbili ni kuwasaidia waamini kuzipitia viwango hivyo. Kulingana na Yohana katika 1 Yohana 2:12-14, hamna hatua ya nne katika kuwepo kwetu hapa duniani. Ukweli huu utabadilisha jinsi tutakavyojadili ukuaji katika kiwango hiki. Kua hivyo katika kiwango cha kwanza na cha pili, mwamini anazingatia malengo ambayo yatamwezesha kuingia katika hatua hiyo nyingine katika hatua ya tatu, mwamini anakubali malengo yanayoleta maendeleo ya kiroho katika kiwango hicho.

Kunazo hatari katika kiwango hicho. Twaweza fikiria kumhusu huyo mzee ambaye amekuwa katika usukani kwa miaka ishirini au zaidi katika kanisa lake na 'amekwama' kiroho katika ukuaji wake kiroho. Au waza kuhusu mwamini ambaye anadhani kuwa mwaminifu ni kuketi kwenye kiti kile kanisani kwa miaka thelathini. Na kwa hakika, kunayo nidhamu kubwa ambayo Musa alipokea kutoka kwa Bwana kwa kulipiga ule mwamba badala ya kunena nao (Hesabu 20:11-12)

> "Bwana ni jabali langu na boma langu na mwokozi wangu, Mungu wangu, mwamba wangu ninayemkimbilia, ngao yangu, na pembe ya wokovu wangu, na ngome yangu" (Zaburi 18:2)

Shida hizi zawezatatuliwa kwa kufahamu ukuaji vyema katika kiwango hiki cha tatu cha maendeleo ya kiroho. Maendeleo ya kiroho yataendelea kujidhihirisha jinsi tunavyotafuta kudumisha na kukua katika uhusiano wetu na Mungu kupitia Kristo. Hata watu wazima hukua katika kukomaa, hekima, huruma na kutimilika ndani ya Kristo (Waefeso 4:13).

Kudumisha Ukuaji Wetu

Ijapokuwa neno kudumisha halionyeshi juhudi ya maendeleo , linadhihirisha udhabiti mkuu wa baadhi ya nidhamu za kiroho katika maisha ya mtu binafsi. Maombi kwa mfano, uhusiano huo wa mazungumzo ya dhati na Mungu waweza na unastahili kukua. Kama vile masomo ya Biblia ya mtu binafsi, wastahili kukita mizizi.

Hii inatuonyesha ni wapi tunaweza shawishika kuyumbayumba, kuingia katika hali ya vuguvugu au kutotii kunatumika kama maeneo ambayo tunaendeleza kujitolea kwetu kwa malengo ya Mungu katika maisha yetu. Wale walio katika kiwango hiki cha tatu wanaulizwa mara kwa mara na Bwana, *"Nini au nani aliye wa umuhimu zaidi kuliko vyote katika maisha yako?"* Majibu yetu yanadhihirisha iwapo tunamtafuta bwana na moyo wetu wote au la.

Kunao wafalme wachache ambao walitenda vyema mwanzoni mwa utawala wao kisha baadaye wakawa wenye kiburi na wa kuabudu sanamu. Hatari hizi hata hivyo, ndizo hutupa nafasi murwa za kudhibitisha kujitolea kwetu, kufanya maamuzi bora, na kudumu kwenye njia. Kunayo mistari mingi ambayo inatuhimiza "kushikilia" kiasi cha ukuaji ambacho tumeshapata.

- "Na tushikilie sana ungamola Tumaini letu, lisigeuke; maana yeye aliyeahidi ni mwaminifu" (Waebrania 10:23).

- "Jitahidi kujionyesha kuwa umekubalika na Mungu, mtenda kazi asiye na sababu ya kutahayari, ukitumia kwa halali neno la kweli" (2 Timotheo 2:15).

- "Naja upesi. Shika sana ulicho nacho, asije mtu akaitwaa taji yako" (Ufunuo 3:11).

Mwamini aliyekomaa anapaswa kuwa makini kuwa na moyo wenye bidii kwa Bwana. Hili ni gumu. Atakumbana na nyakati za kuvunjika moyo, kustawi, shaka, nguvu, huzuni, kujulika, msiba, maumivu nap engine mateso. Kila hali inatokea kwamba tunahitaji kuchukua ukweli wa jadi na tena kujitolea kuishi njia za Mungu.

Jambo kuu kuhusu maisha ya kiroho ni kwamba hamna mwisho kwa uwezekano wa kukua. Paulo anautaja vyema.

"Sio kwamba nimekwisha kufika, au nimekwisha kuwa mkamlifu; la!Bali nakaza mwendo ili nipate kulishika lile ambalo kwa ajili yake nimeshikwa na Kristo Yesu" (Wafilipi 3:12).

Paulo anatambua kwamba maendeleo yake ya kiroho sio tu yake pekee mbali ni ya Bwana kuyatimiza makusudi yake kupitia maisha yake kwa ajili ya wengine (Wafilipi 1:22-24). Anataka kuyatimiza yale yote, makubwa kwa madogo, ambayo Bwana alimpangia.

Ukamilifu Katika Kiwango Cha Tatu

Tunapowaza kuhusu himizo la Yohana katika 1 Yohana 2:12-14 kwa hatua zote tatu, tunaanza kuangazia kuhusu ukuaji unaotendeka katika kiwango hicho cha ukuaji wa kiroho. Hili pia ni kweli katika kiwango hiki cha tatu cha maisha ya Kikristo. Hatukui watu wa dini, ingawa kutoka nje yaweza onekana hivyo. Twafanya upya malengo yetu ya kumjua Kristo na kumruhusu yeye aishi ndani yetu akitekeleza malengo yake ndani ya maisha yetu.

Kunyauka hutokea iwapo hatutakuwa waangalifu. Huduma inakua mazoea na kukauka iwapo hatutajiburudisha wenyewe ndani ya Bwana. Tazama jinsi Paulo anawakumbusha Wakristo huku Rumi.

> "Kwa bidii, pasipo ulegevu; mkiwa na juhudi katika roho zenu; mkimtumikia Bwana" (Warumi 12:11).

Kusudi ambayo sisi huvumilia mambo haya haipaswi kusahaulika tuwepo katika shughuli kali au nyakati za kukata tamaa. Yesu ndiye kielelezo chetu, akituonyesha uhusiano katika hali ya kujitolea na huduma.

> "Mimi ndimi mzabibu; ninyi ni matawi, akaaye ndani yangu name ndani yake, huyo huzaa sana; maana pasipo mimi ninyi hamwezi kufanya neno lolote" (Yohana 15:5).

Kila jina linatukumbusha kuhusu uhusiano wa dhati ambao ni sharti tudumishe iwapo tutaendelea kuishi maisha ambayo Mungu anatenda ndani yetu kwa kusudi fulani.

Kuangazia Vitabu Vya Mafundisho

Mafunzo katika kiwango hiki yanahitaji kukuza maono ya jinsi shetani na werevu wake, anawajaribu waamini hasa wanaokuza uhusiano wao na Bwana. Kutoka hapa twapata kujitolea na uaminifu wa hali ya juu. Mara nyingi waamini wanashindwa kuweka wakati maalum wa maombi. Kutokana na hayo wakua mbali na Mungu na haweZi kukua. Mafunzo mema husaidia.

- Utaratibu wa kila mara kwa kweli kuwa na wakati mtulivu na Bwana.

- Mbinu ya kurejesha vyema wakati mtulivu baada ya kulegea.

- Mbinu ya kupata mwongozo katika vifungu vigumu.

- Njia na kumsikiza Mungu kupitia kwa maandiko.

Nyingi ya hatua hizi haziangazii kanisa la kawaida au mafunzo ya chuo cha Biblia. Tunawalaumu watu kwa kutojua vipi, badala ya kutoa mafunzo makubwa ya Bwana, ambayo yeye mwenyewe angependa kuwapa.

Mtazamo maalum unahitajika katika eneo lote la uzalishaji wa matunda. Ukomavu huzaa matunda. Yesu atuhitaji tuzae matunda na pia tudumu katika hilo (Yohana 15:16)

Nyakati nyingi twapima huduma zetu na kiasi cha matunda tunayozaa. Hili ni nzuri, lakini ni muhimu kuwa na mtazamo mpana katika kiwango hiki cha tatu. Kumbuka kwamba matunda hayapo katika kila kiwango ukuaji wa kikristo kama vile mtu avumiliavyo mateso. Tunda lililotokana na mateso ya Yesu liliweza tu kudhihirika baada ya kufufuka kwake.

Kunavyo vitabu vingi vizuri vya kukuza juhudi za kikristo na kuimarisha huduma zetu. Hii ni baraka kubwa katika kizazi chetu kwamba twaweza 'kukutana' na waamini wengine wenye nguvu kupitia kwa mafundisho, vitabu video na kanda. Twaweza hitaji vitabu vya kusoma, mafunzo yanahitajika, lakini tunapoingia katika uhusiano wa dhati na Kristo, tutaona kwamba baadhi ya masomo muhimu hayawezi jaribiwa au kusawazishwa . Hii bila shaka ni sababu moja yanapuuzwa shuleni.

Mtazamo Wa Kufaa

Ushauri katika kiwango hiki ni mwema ukiwepo katika vikundi vidogo vidogo au mmoja-kwa-mmoja. Mazingira ambayo kila mtu anaweza kuzungumza. Jambo kuu kuhusu uanafunzi ni kwamba wakati mwanafunzi anapotembea au yupo kanisani ambalo halifanyi mafundisho, bado anaweza kufundisha mwingine.

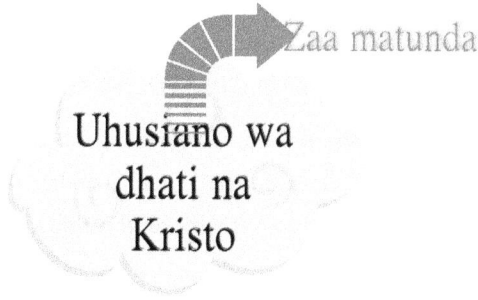

Zaa matunda

Uhusiano wa dhati na Kristo

Kwa mfano, katika kiwango cha tatu, mpate ndugu mmoja au wawili (dada kwa dada), tafuta hoja moja inayofanana. Mara nyingi, mimi humwuliza mtu ni eneo lipi angependa kukua na vile nami ningependa ukue katika eneo lingine (kwa mfano kumsikiza Mungu, kuchambua Biblia, na kadhalika). Wakati umegawanya kati ya kuomba, kushiriki na kushauriana katika maneno mawili. Mtu anaweza kutana na mtu mwingine mahali po pote na wakati wo wote.

Katika vifungo vifuatavyo, tutaangazia zaidi katika maendeleo haya na yamaanisha nini kuwa katika masomo rasmi katika taasisi za mafunzo, na pia hali zisizokuwa rasmi kama vile makanisani, ambapo hamna shahada (na pia hamna karo).

Somo

- Kiwango hiki cha tatu cha ukuaji hutofautiana na zile za awali kwa sababu lengo lake ni kunawiri ndani ya kitengo hiki badala ya kupitia.

- Hatari zinazotishia ukuaji wetu zaweza zuiwa kwa kuangazia yale Mungu anatenda kupitia katika maisha wakati wo wote ule.

- Mkufunzi huandaa kila mwamini kutenda kazi alizokusudia Mungu katika maisha yake, akikumbuka kwamba hayo tu yawezekana kukiwapo uhusiano wadhati na Kristo na kupitia neema ya Mungu.

- Mafundisho ya kikristo ni lazima yatende zaidi ili kuwaandaa waamini kukua katika hatua hii ya tatu ya maendeleo.

Tafakari Na Kariri

- Wafilipi 3:12

Zoezi

➡ Andika hadithi tatu za maisha ya kikristo (yako na wengine) ambayo zimekusaidia katika ukuaji wa kiroho. Eleza jinsi kila moja ilikusaidia.

➡ Je umewahi kukabiliana na 'kunyauka' – imani imekauka na kadhalika. Chagua kisa kimoja na tafakari jinsi kilivyotokea. Hatimaye matokeo yake yalikuwa aje?

➡ Je, wewe uko katika hatua ya tatu ya ukomavu? Eleza. Ni nini changamoto kubwa unazozipitia ili udumishe imani kubwa?

➡ Je, umeshauri mtu ye yote katika kiwango cha tatu cha maendeleo ya kiroho? Ilikuaje?

Mwanzo wa Maisha na Mafundisho Kifungu #33-40

#33 Kusudi Kuu

Kiini cha maisha kimetambua ni nini makusudi ya Bwana na jinsi, katika mipangilio tofauti, kuimarisha mtiririko wa nguvu za Mungu ukichochea maisha ya mabadiliko ya watu wa Mungu.

Mungu anataka kuleta ukuaji huo. Tunatenda kinyume na makusudio yake, kwa kutojua au la, au kufunika chini ya safu ya mambo muhimu, kazi maalum ya Mungu inayobadili maisha itatenda tu kazi kwa neema yake, lakini iwapo kwa uangalifu tutapokea makusudio yake kuwa yetu, basi tutaona nguvu zake daima zikitenda kazi.

Mungu anataka kuleta ukuaji huo. Tunatenda kinyume na makusudio yake, kwa kutojua au la, au kufunika chini ya safu ya mabo muhimu, kazi maalum ya Mungu inayobadili maisha itatenda tu kazi kwa neema yake, lakini iwapo kwa uangalifu tutapokea makusudio yake kuwa yetu, basi tutaona nguvu zake daima zikitenda kazi.

Kila shule, kanisa, familia na mtu binafsi anahitaji kujihoji mwenyewe kulingana na malengo ya Mungu na kufanya marekebisho yafaayo. Maamuzi mazuri sharti yazingatie haja za sasa za mafundisho ya namna hiyo na hata matokeo ya kutotenda kazi na Mungu katika mipango maazimio ya sasa.

Wakati makanisa mengi na taasisi za makanisa zilipoanzishwa na malengo dhabiti, nyingiyazo zimeshapeperushwa au kutekwa na wengine. Iwapo kanisa halitafuti malengo ya Mungu au kuzaa matunda, basi litakuwa aje na uhakika kwamba halikutolewa kwenye mzabibu (Yohana 15:1-6)? Wengi walianza na malengo bora lakini wametoka kwenye mkondo wao. Tabia hii hutokea mara nyingi kwa kuangazia yale watu wengine wanatarajia kwako badala ya yale Bwana anajaribu kutenda.

Mungu hatatuhukumu kwa idadi ya waliohitimu kutoka kwetu au ni urefu upi tuliponea, lakini kwa uzao – je watu wa Mungu wamebadilika na wako tayari kutumiwa na Mungu kuwabadilisha wengine? Pengine Kristo atatuuliza, "Ni kiwango kipi uliwandaa watu wangu watamani kuwa kama mimi na kuwatumikia wengine?"

Tukiyakagua matunda yetu kutokana na malengo yetu, bila shaka tutapata utimilivu wa haya malengo. Hilo ni nzuri, lakini kiwango kile twaweza yaangazia mawazo yetu na bidii yetu kwa malengo ya Mungu ya kuendelea kiroho, zaidi mno tutaweza kuwaandaa wengine ikijidhihirisha kwa ongezeko la matunda.

Mungu anadai kujitolea kutenda kazi naye na hii inahitaji kung'ang'ania kwa kile tunachodhani ni muhimu. Mungu hataki tumjue tu kwa mawazo mbali tukapate kumjua yeye binafsi kila mtu lazima apate kuwa na imani ndani ya Mungu. Imani hiyo inakuzwa na hali inayoendelea na hata kurejelea, ambapo kila mtu binafsi huona jinsi Mungu alivyompitisha katika nyakati ngumu. Sikiza maneno ya Daudi.

> "Wewe, Bwana, nguvu zangu, nakupenda sana; Bwana ni jabali langu, na boma langu, na mwokozi wangu, Mungu wangu, mwamba wangu ninayemkombilia, ngao yangu, na pembe ya wokovu wangu, na ngome yangu" (Zaburi 18:1-2).

Nini twaona ila ujasiri wa dhati ndani ya Mungu mwenyewe? Daudi alikuwa askari shujaa na alikuwa mwerevu sana lakini nyuma ya haya yote kulikuwa na hali nyingi ngumu ambapo Mungu alidhihirisha nguvu zake na mapenzi yake kumsaidia. Mungu anataka kutenda hayo katika maisha ya kila mwamini wa ukweli katika hali yake. Maisha ni uwanja wa Mungu wa mafundisho.

Ingawa tuko katika utaratibu huu, njia ya kuunganisha haya na ratiba yetu ya mafundisho imekuwa ni vigumu. Maendeleo ya maisha yetu ya kibinafsi ni vigumu kuyapima na kulinganisha. Ulimwengu wa kisasa una taasisi nyingi za kudhibiti na duara rasmi hufanya kuweka marekebisho vyema. Wakati mwingine sio tu taasisi za serikali na pia makanisa yetu au vikundi vya kuaminisha vinavyoshughulikia katika kutusaidia kupata na kudumisha kuhitimu kwetu. Hilo husaidia mara nyingi, lakini kwa wakati huo huo yanatuzuia kukagua taasisi zetu kutoka kwa hali yetu badala ya Mungu.

Hangaiko huanza kuongezeka malengo yetu yanapoanza kutofautiana na yale ya Mungu. Hututilia mkazo kwetu ili kufanana na viwango vyako na matarajio yake. Ni muhimu kwetu kufafanua utaratibu huu. Bwana huenda akatupa nafasi ya kutoka kwa mfumo huu pengine kwa mwongozo na hekima maalum, lakini mara kwa mara hutenda kazi nasi ndani ya utaratibu uliopo.

Kiini cha maisha husaidia kutoa baadhi ya njia za kuunganisha mafundisho ya maendeleo ya kiroho na mipango yetu ya mafundisho kwa sasa. Hapo chini tutawahusisha jinsi ya kutenda hayo kwa ajili ya ufasaha, tutaangazia mafunzo ya vyuo vya ufundi wa kazi kwa wachungaji wanaofanya kazi mfululizo. Lakini mengi yanawezekana katika hali nyingine. Hebu endelea kuwaza kuhusu kanisa lako, maisha yako na kadhalika unapoendelea kusoma.

Tabia Za Kiini Cha Maisha

Hapa kunazo tabia muhimu kwa mpango huu ambayo ni muhimu kutia maanani.

✓ Uchochezi Wa Bwana

Mifano miwili ya maisha imeshatangulizwa, moja kuhusu chanzo cha maisha na ya pili kuhusu maendeleo ya maisha. kila mfano unatoa ufahamu mkubwa wa kweli za kimsingi za kiroho. Zaidi tuendeleavyo kuwaza kuyahusu, ndipo ufahamu wetu unavyoongezeka kuhusu maisha ya kiroho yasiyoonekana.

Sio muda mrefu uliopita, kabla mwanadamu hajapeleleza sakafu za bahari, tulidhani kwamba hazina maisha. Sasa twafahamu kwamba humo kwenye sakafu ya bahari kumejaa maisha na kunatokeza uwanja mkubwa wa upelelezi wa kuvutia. Utajiri wa kulisoma mipango la Mungu na kumfahamu Mungu, kwa njia hii ni kwamba inachangia maelewano, maajabu na ongezeko la hamu ya kusoma na kufahamu Mungu, ambaye hutupa maisha.

Kinyume na mafundisho ya madhehebu kama vile Buddha au masomo ya nyakati za kuhistoria, mwishowe zinaangazia upotovu wa mwanadamu walakini kiini cha maisha hutuleta kwenye mwanzo halisi wa maisha yetu, ambacho ni mwema, mzuri unaonawiri na huwezesha shina la maisha yetu ambao ni Kristo (1 Yohana 5:20) inayokaguliwa kwa urahisi.

Kwa kweli, sehemu fulani za duara ya maendeleo ni ngumu kupima, lakini hatua ya kwanza na ya pili zinatambulika na kukaguliwa kwa urahisi. Baada ya kusema hayo hatupendezeki kupuuza udhibiti wa taasisi zinasimamia, ambazo zinapendelea kuangazia hesabu na viwango na badala yake mabadiliko halisi ya maisha ya wanafunzi.

Badala yake twatumia vipimo hivi kutuongoza ili kutua mpango kabambe wa mafundisho.

✓ Kuzawadia Mtu Binafsi

Shule na madarasazawezachokesha walimu na wanafunzi. Mkazo mkubwa kuhusu masomo kunaipa nafasi ndogo ya malezi ya kiroho. Wakati udongo unapofinywa, basi mizizi ya mmea hushinwa kupenya na kupanuka. Kwa sababu hiyo, ukuaji unakuwa mdogo. Wanafunzi wanahusisha shida hii kwamba ipo hata katika vyuo vya Biblia.

Wakufunzi na wanafunzi wote wanalemewa na haja ya kimasomo ya vyuo hivyo. Wana wakati mchache mdogo wa maisha yao ya kiroho. Kunyume cha hayo chastahili kuwa ukweli. Iwapo tutaangazia ukuaji wa kweli, ukiambatana na msisimko wa kimasomo, kila kitu huwa cha maana na cha kuridhisha zaidi.

✓ Kuwezesha Na Kuchangamsha

Mafunzo yetu yote sharti yaletwe katika mafafanuzi ya maumbo ya maisha. Mwanafunzi haitaji tu ufahamu unaoelekezwa kwake lakini kukuza maisha hayo kutoka kwa Mungu. Kiasi kile mwanafunzi awezavyo kuhusiana na yale wanayojifunza na maisha yao wenyewe, ndivyo mwanafunzi awezavyo kusema amejifunza kwa kweli. Ufahamu wa somo unafahamika sio tu vyema, mbali unatiwa maanani wakijua jinsi ya kuhusisha maisha na huduma. Iwapo wanahusisha kanuni za kiini cha maisha pamoja na masomo ya akili, basi wanakagua yale Mungu anayatenda katika maisha yao nay a wengine. Masomo yanaendelea kulainishwa na malengo na mipango ya Mungu. Maono haya huchangamsha na kuwezesha.

✓ Mtazamo Wa Mungu Na Kusaidiwa Kiroho.

Kunazo hatari nyingi ambazo wanafunzi hukumbana nazo, lakini kuwa na theologia, masomo kuhusu Mungu, kubadilisha ufahamu kumhusu Mungu ndio kikwazo kikubwa. Tunapoangazia vyema, hata hivyo kuhusu utukufu wa Mungu na malengo yake, basi mambo hayo mengine yatachukua mkondo wake. Pasipo lengo hili kuu la maisha yanayonawiri ndani ya Mungu, basi malengo mengine yatamiliki.

✓ Tunda Linalodumu

Jamii yetu inahitaji mabadiliko, lakini mabadiliko haya yanayohitajika huja kupitia uhusiano wa dhati na watu wa Mungu badala ya shahada alizohitimu. Iwapo wakati wa kutosha na kuzingatia mabadiliko ya kiroho hayatatolewa, basi ukuaji wa ndani hugandamizwa na tunda huanguka hata kabla halijakomaa.

✓ Uchunguzi Kwa Makini

Hatuchunguzi tu yale yanayofanyikia wanafunzi wakiwa katika shule au mafundisho ya vyuo vya Biblia, lakini hata baadaye. Adui yungali anatenda kazi, lakini mafunzo mema yanaweza walinda watu wa Mungu kutokana na mbinu za adui.

Yesu alisema kazi nzuri – kazi zako, ambazo hutokana na uhusiano naye (Yohana 15:5). Kwa kusisitiza ujuzi, tabia na nidhamu ya kiroho zahitajika, twaweza husisha shauri na njia ya maisha ya mwanafunzi, huku yakimwandaa vyema kwa ajili ya ulimwengu halisi.

Paulo aliweka muhtasari wa mabadiliko hayo tunayohitaji kukuza. *"Lakini tunda la Roho ni upendo, furaha, amani, uvumilivu, utu wema, fadhili, uaminifu, upole, kiasi; juu ya mabo kama hayo hakuna sheria"* (Wagalatia 5:22-23).

Ingawa maneno tofauti yametumika, twahitaji kuwa waangalifu kuhusu ubora wa tunda tunalotafuta. Tunda nzuri ni dhibitisho kwa wale wanaodumu katika uwepo wa Mungu. Hayo yameunganisha pamoja.

Muhtasari

Mkazo maalum kuhusu ukuaji wa kiroho ukiambatana na mpango mwema wa maendeleo ni yafaa kudumisha mtazamo wa Biblia wakati tumo katika nyakati hatari za huduma?

Malengo yetu katika ratiba za maisha ya mabadiliko ni sharti yatafute tunda lililo kuu ili likazaliwe katika maisha ya wanfunzi. La si hivyo maisha haya yatakatizwa badala ya kupandwa ndani ya wengine. Nyakati nyingi ukristo umekuwa kama falsafa nyingine au dhehebu lingine. Jambo la kuishi nalo lakini sio jambo la kuishia. Kurejelea shina la maisha hutuleta tena kwa Mungu na kwa nguvu zake ziletao uzima.

Somo

- Mungu huanzisha ushawishi kwa ajili ya uzuri ndani yetu kwa kututia changamoto ya kuangazia kanuni zake na matarajio yake.

- Thamana zinazopatikana ndani ya kiini cha maisha si utajiri mkubwa na zastahili kupewa kipao mbele.

- Ijapokuwa twaweza zingatia kuhusu kanuni hizi zinazo ridhisha, hamna jambo lililo la maana kuliko kutambua jinsi mafundisho ni mmojawapo wa mbinu ambazo Mungu hutuleta sisi pamoja na wengine karibu naye.

Tafakari Na Kariri

- Wagalatia 5:22-23
- Zaburi 18:1-2

Zoezi

➡ Je unalo lengo ya maisha? Nalo ni nini? (Iwapo la, andika lengo hilo sasa). Je, lengo hilo linahusu kumjua Mungu zaidi na kwa dhati zaidi?

➡ Ni nini malengo makuu na nia za shule yako au kanisa lako ambalo unashiriki? Kwa makini hebu yasome. Yanalinganaje na malengo ya Mungu? Eleza.

➡ Soma Zaburi 18 na utambua jinsi Daudi alivyoghuswa na kazi za Mungu amekuwa "nguvu zangu "ngome yangu " au "mwamba wangu".

#34 Kazi ya Ndani

Kungali bado na changamoto ya kuhusisha mabadiliko ya kiroho na ratiba zisizogeuka. Katika kifungu hiki, tutapendekeza njia moja au zaidi ya kutenda hilo.

Paulo anafupisha malengo yake kwamba 'kushikilia imara neno la uzima" hivyo ni kuruhusu neno la Kristo kututia nguvu na kutuongoza mawazo yetu, maamuzi yetu na tabia zetu.

> "Fanyeni mambo yote pasipo manung'uniko wala mashindano mpate kuwa wana wa Mungu wasio na lawama, wala udanganyifu, wasio na ila kati ya kizazi chenye ukaidi, kilichopotoka; ambao kati ya hao mnaonekana kuwa kama mianga katika ulimwengu, mkishika neno la uzima; nipate sababu ya kuona fahari katika siku ya Kristo, ya kuwa sikupiga mbio bure wala sikujitaabisha bure" (Wafilipi 2:14-16).

Paulo mara kwa mara alikagua mawazo yake na vitendo yake kupitia mwito wa Mungu juu ya maisha yake shule, makanisa, biashara za Kikristo na wakristo binafsi sharti watende hivyo ingawa kwa upande mmoja wanaundwa kwa mifumo yao. Lugha yao, mbinu zao na wakati wao. Hivyo ni vizuri kwa upande wa pili hamna jambo ambalo laweza badili ukweli wa mpango wa Mungu katika maisha ambao makusudi ya mpango huu ni kufikisha uwezo wake mkuu na kujidhihirisha katika maisha yetu na taasisi.

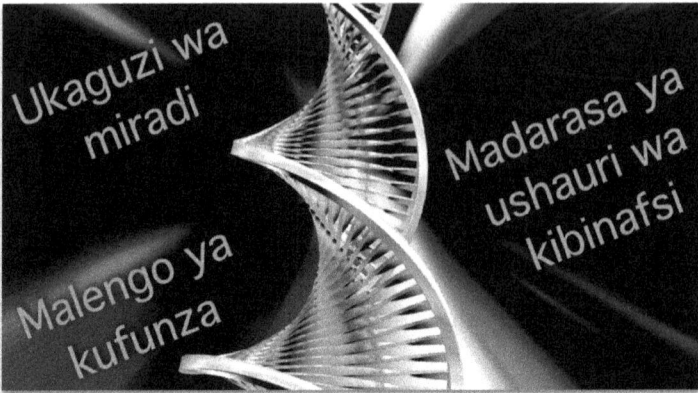

Shida yetu kuu ni kujua jinsi ya kuweka kiini cha maisha katika shina la mafunzo yetu. Mle shambani, mimea iliyopandwa karibu karibu husongamana hataisikuwe vyema. Ili kupata nafasi inayohitajika, ni sharti tutangulize nafasi ili kila mmea uweze kupata kiasi kinachohitajika cha mwangaza na hewa. Hii yaweza maanisha mimea michache. Hamu ya nafasi ndio ujumbe wa Mungu na kwa wengine kuhusu kusudi letu kuu ni nini; ubora kuliko wingi.

"Sio Nini Ila Nani"

Ni lazima tufikie ufahamu kwamba ni mabadiliko yalioanzishwa na Mungu ambayo baadaye huwa nguzo ya mafundisho yetu. Pasipo kiunganisho hiki, hataafikia mafundisho kabambe.

Labda hatujakuwa na njia ya kuangazia mabadiliko ya mtu binafsi. Twatumainia kutoa mifano miwili. kunazo chaguo mbili.

1. Kuweka kiini cha maisha kama mafundisho kutenga ya ratiba ya maendeleo – inayoshughulikia mada tofauti.

2. Kuunganisha ratiba ya mabadiliko ya kiroho na ratiba iliyoko.

Kila mmoja wa hiyo ina changamoto zake. Acha nieleze ya kwanza. Hiyo nyingine itakuwa dhahiri na itaelezwa kwa kiufupi baada ya kuielewa ya kwanza. Hii italetwa kuleta ufasaha ya yale kiini cha maisha kitakavyokuwa mle kanisani na kwingineko kuitenga ana iwe umbo wa yenyewe.

Kutumisha kiini cha maisha na kitambulisho chake pekee ni muhimu ili kufafanua malengo yake, kuunganisha vyema katika yake na mafunzo mengine, na kuhakikisha kulindwa na maendeleo yake kikamilifu.

Umbo hili la kuzunguka aina na pasafujo inasisitiza kuendelea na bidii ya kuunganisha ya mbinu za maendeleo ya Mungu kwa maisha yetu ya kiroho. Yote ni mamoja na lengo ni moja, kama vile maisha ni moja, kila kitu (katika mbinu yake) kimeungana. Hili linarahisisha kuwasilisha malengo yetu kuwa rahisi zaidi.

Kila somo au ratiba sharti liingiane na lengo kuu la maisha. Tunapokagua shughuli zote tofauti au madarasa, sharti tuendelee kuangazia kusudi lake.

Kwa kutenganisha mtazamo wa kiroho, inatusaidia kufafanua kile tunachotaka kuona, na pia jinsi itakavyofanana katika kile hatua ya maendeleo. Hebu tuwaze kwamba tunashirikisha haya kwa mafunzo ya miaka mitatu ya shule. Kila kitengo ni muhimu ili kutekeleza vyema.

Matokeo yake ya mwisho hayatabadilika ijapokuwa itakuwa na maelezo tofauti. Twataka kuona maendeleo kamili ya kila mwamini ili kutokana na uhusiano wake wa dhati na Kristo aweze kuwa chombo ambacho Mungu atatekeleza makusudio yake.

Wengi hawatapinga kwamba malengo haya ya juu ni mambo wanayoyatamani wakitumia mapenzi yao na uwezo wao. Lakini ni muhimu kuhakikisha kwamba maendeleo yantendeka. Kwa kuandamanisha mtazamo wao mkubwa na malengo ya hatua zile tatu. Tunayo njia ya kuhakikisha wengine nasi vile vile kwamba mabadiliko ya kiroho tunayoyatarajia anatendeka.

Pahali Pa Kuanzia

Kila mwanafunzi (au mshiriki iwapo twawaza kuhusu kanisa) yumo katika sehemu fulani tunapoanza. Mara nyingi kunayo mtihani ya kukagua ufahamu wa mtu kuhusu ufahamu wa Biblia na pia tabia yake ijapokuwa haya yote yana nafasi yake, twastahili kuangazia maendeleo ya kiroho ya mtu. Kwa kutumia kiwango fulani kwa kila mmoja ya viwango vitatu, twaweza mtahini au kuwa na mazungumzo ili kumsaidia mwanafunzi huyo kueleza mahali alipo katika ukuaji wake na nafasi za kukua zaidi zimo wapi.

Kukomaa kiroho kwa mtu binafsi sio lazima kuwe sawa na werevu wa akili. Yesu hakuwashutumu mafarisayo kwa kutokuwa na ufahamu wa akili. Walikuwa na mtazamo uliokubalika (ukilinganisha na masadukayo) mbali kuwa wamekufa kiroho na mtazamo mwema wa Biblia na wala hawakutenda walioamrishwa. Changamoto letu la kwanza ni kukagua mtu yupo wapi; na jambo la pili ni kuona anaelekea wapi na la tatu ni kumsaidia afike aendako.

Tukizitambua hoja hizi za ukuaji mapema na kupata mazungumzo nao, tutamsaidia mwanafunzi (au mshiriki wa kanisa) kuchukua hatua katika upande ufaao.

Kupanda mbegu za tumaini zadhihirisha kwamba tunamtarajia mwanafunzi akue, sio tu katika Biblia au ufahamu wa mambo ya kawaida, mbali hata katika maisha ya kiroho ndani ya Kristo. Imani yetu kwao huanza kuunda matarajio yetu na mtazamo wetu.

Lengo letu sio kutoa ramani kabambe kwa kila mwamini. Hivi sivyo maisha ya kawaida huendelea. Kila mmoja wetu ana mahali tofauti pa kuazia. Hata hivyo twataka kuona ukuaji katika baadhi ya maeneo. Mambo yaliyo sambamba yanatusaidia kuwafundisha wengine kuhusu kweli hizi ili wawafunze wengine.

Labda wengine huenda wakawa na shida ya kutuliza hasira. Hali zao zitakuwa tofauti na pia kisababisacho hasira hiyo kuwa tofauti na wengine wenye tatizo hilo hilo, lakini suluhisho huenda ikawa ni sawa. Kwa kuyazungumzia haya na wanafunzi, wanaanza kuyaangazia mawazo yao kwa jambo linalotakikana na kutendeka pia.

Ushauri wa kibinafsi utakuwa muhimu lakini pia madarasa au mikutano maalum yaweza kusaidia. Pengine twaweza imarisha mafunzo ya wanafunzi waliokomaa kiroho kwa kuwaruhusu wawafunze waamini wachanga.

Maamuzi spesheli yatahitajika kufanywa kuhusu wale ambao hawamjui Bwana. Twatenda hivi makanisani na mahojiano kabla ya mabatizo. Shule pia zitafanya hili kuwa sehemu ya utaratibu wao wa ukaguzi. Uzima haumo ndani ya wasioamini kwa hivyo ukuaji hauwezekani. Ingawa kwa mwamini, dalili za maisha zaweza kuwa ngumu kuonekana, maisha yangali yapo na tuna matumaini makubwa kuhusu maendeleo yao iwapo watayakubali.

Kwa kufafanua malengo yetu kwa wanafunzi watajiondoa iwapo hawatajitambulisha na malengo ya shule. (hii inamaanisha kwamba ni sharti tuweke malengo na mipango yetu kuwa dhahiri na ya kupendeza). Huku wanafunzi wasiokuwa na haja wakijitenga, tutaweza kuunganisha mtazamo mkubwa kwa shule (au kanisa).

Kutambua madhumuni maalum

Ikitegemea ni wapi wanafunzi wapo katika safari yao ya kiroho, twahitaji kutenda kazi nao kwa makini huku tukiwasaidia kutambua hatua zinazohitajika katika maendeleo yao ya kiroho.

Madarasa (mapya na ya kuunda) yanaweza kusaidia katika mafundisho. Twahitaji kuwahakikishia wanafunzi kuhusu maisha yao kwa njia hii. Hili laweezekana kwa kuwapa 'miradi ya maisha' au kusoma mazoezi amabyao yatawachangamsha kuona yale Biblia yazungumza kuhusu mada fulani. Pengine mazoezi mengine hayataorodheshwa lakini yatakuwa muhimu kwa kupita mtihani.

Katika kila kiwango, mwanafunzi anajifunza mambo mengi. Niruhusu nigusie jambo moja kwa kifupi, maendeleo ya kiroho yanasaidiwa pakubwa kwa kujihoji mwenyewe, mmojawapo wa nidhamu za kiroho. Mtu inabidi awe mtulivu na kusikia yale Mungu anasema, (hata tukiwa na shughuli nyingi za huduma, familia au darasa, wakati mwingine yote matatu) katika kila kiwango cha maendeleo ya kiroho, hii huchukua mkondo tofauti.

1. Mwamini mpya anajifunza kusikia sauti ya baba yake. Mwamini anaanza kupata ufahamu wa Roho Mtakatifu akitenda kazi na dhamira au vinginevyo.

2. Mwamini mchanga kujifunza kutofautisha maneno ya Roho kinyume na maneno ya shetani. Huu ndio mvutano unaoficha majaribu. Atajifunza jinsi ya kuhusiana na neno la Mungu na kutumia kupingana na majaribu.

3. Mwamini aliyekomaa, anaendeleza yale aliyoyaskia na pia anajihusisha katika kuabudu, kuwa akifunzwa, akiongozwa na kulindwa na Mungu, yote yakitendeka kutambua njia ambazo Mungu anataka kuzaa tunda ndani yake.

Kunayo mambo mengi ndani ya sehemu hizi tatu za maendeleo, lakini kama vile mwanini anavyoendelea katika kila mojawapo, ukuaji unajidhihirisha.

Kulinganisha Vyema Madhumuni Makusudi Hayo

Ukomavu wa kiakili na mwili kwa sehemu kubwa huchangia ni kiasi kipi mtu anaweza kukua kiroho. Wale ambao wanaona wengine karibu nao wakikua wao vile vile hukua.

Kutenda kazi na wanaochumbiana ni nafasi nzuri ya kuweka msingi bora ya ndoa yao. Huu pia ni wakati mzuri wa kuwafunza jinsi ya kuwaongoza wengine wanaochumbiana, jambo ambalo laweza ongezewa kwenye masomo yao iwapo watahitaji.

Hivyo, hebu turudi nyuma kwa mfano wetu wa awali, tunawezafunza wanaochumbiana kuunganisha hali ya kumsikiza Mungu na hamu yao ya kuunda ndoa nzuri. Tunaweza wasaidia kijifunza jinsi ya kumsikiza Mungu na jinsi ya kuwa mume au mke mzuri.

Au kwa wale bado ni kapera, tunaweza wasaidia jinsi ya kupata mke au mume mwena au kufahamu mahitaji yanayotakikana kuwa mmoja wao. "Ni kwa njia zipi Mungu atanisaidia kuwa mume mzuri ?" au kwa mke mtarajiwa, "Ni nini kanuni za mawasiliano katika ndoa?" Kwa jumla tunawafunza kumsikiza Mungu, kwa sababu, kumsikiza Mungu kwa makini husaidia pakubwa kwa kutimiza malengo yao kuafikia ndoa nzuri.

Mambo mengi tunajifunza yanategemea maisha haya, kwamba tunajifunza kutokana na hali tunazozipitia katika maisha. Kumfunza kapera jinsi ya kuwa mume mzuri kutakuwa na manufaa haba. Kwa hivyo, kuunganisha malengo ya kumsikiza Mungu pamoja na maeneo ya kuvutia yaweza wachocheo na umuhimu wa somo lenyewe.

Washauri wazuri na walimu wanahitajika kwa kweli la si hivyo wanafunzi hawa hawatapata imani inayohitajika na kuharibu zaidi, wataharibiwa kabisa. Iwapo mwalimu atadhani kwamba picha za ngono ni nzuri kuzitazama basi uasherati wa kiroho unabisha hodi - hata iwapo mwalimu hadhani hivyo. Wanafunzi hawatapata imani ya ubora ya ndoa kuu ila watajifunza ndoa kwa namna ya mawazo ya mwalimu.

Kwa kifupi, hapa mna jinsi kanuni hizi zaweza tenda kazi kupitia mtiririko huu wa maisha:

- Mpango wa Mungu ni kuumba watu wanaopenda kumsikiza Mungu. Wanajifunza kutenda hivi katika kila eneo la maisha yao.

- Mungu ananuia kuunda ndoa nzuri. Basi tunaweza kuwaonnyesha jinsi nidhamu za kiroho na uhusiano wa dhati na Mungu ili kuwa ndoa nzuri.

Twajizuia kufunza tu kuhusu ndoa kutokana na mtazamo wa kielimu, ila tuwapa taswira nzuri ya ndoa nzuri ya kupendeza. Twapendekeza kwamba wanafunzi, haijalishi wamo wapi katika maisha yao, kutenda kazi tukiwa na nia dhabiti ya kuunganisha mambo haya na makusudi na nguvu za Mungu.

Kuunganisha Na Kiini Cha Maisha

Tutachukua muda mfupi kuzungumzia kuunganisha kiini cha maisha na mafundisho ya jumla ya wanafunzi wakristo. Huku tukiwa na matumaini kwamba hili litatendeka - kama lengo kuu lawezapenya katika kila kitengo cha shirika - kusudi letu hapa ni kufunza kuhusu maoni na wala si mbinu. Tumependekeza jinsi hili laweza tendeka katika hali ya kusisitiza Mungu na maandalizi ya ndoa, lakini kuna mengine mengi zaidi na ni vyema kuyaweka kwa wakati mwingine.

Inachukua muda na kufundisha na kutia maono, kung'ang'ana na matokeo ya maono hayo katika makanisa au shule, kufahamu changamoto za kupokea malengo ya Mungu, kuwashawishi wengine kuhusu haja ya kubadilika na kuyatekeleza yale maono. Hatupaswi kuwa na haraka na hali yastahili kuwa kama jambo kuu tunapotafuta jinsi Mungu anaweza kutuhuhisa kupitia kanuni hizi. Mashirika mengi yana baraka za uongozi wenye ushawishi mkali ambao huelekeza fedha na mipango. Hivyo maamuzi hayawezi fanyika kwa urahisi. Tutaanza mahali tulipo na kuendelea mbele tukiongozwa na Mungu. Iwapo tunao usukani zaidi, tutaweza kufanya zaidi. Kuna mtu aliyesema kwamba ni rahisi kumuunda mwanafunzi mpya kuliko kumfinyanga upya mwamini wa kale. Hili ni kweli kabisa.

Mahubiri, mawasiliano, masomo ya mashauri na maeneo mengine ya kujifunza katika mazingira ya elimu karibuni yatakuwa vyombo muhimu wakati wakufunzi na wanafunzi kwa pamoja watajua jinsi Mungu atatumia kanuni za kiini cha maisha kusomesha na kuwa kama Yesu Kristo. Wakati wanafunzi watakapoanza kuona Roho wa Mungu akitenda kazi katika maisha yao na wengine kupitia kwa yale wanajifunza, wao pia watatamani kujifunza.

Mahubirii yatapita wakati uliotengwa wa kuhubiri ili kuhusisha madasasa jinsi ya kubadilisha na kuileta mioyo iliyobadilika kupitia kwa mahubiri ya Mungu na maombi yanakuwa ni sehemu ya mafundisho. Sasa twajiuliza:

- Mungu anataka nihubiri kuhusu nini?

- Ni vipi nitajifunza kile anachotaka nijifunze?
- Ni vipi nitawasilisha haya kwa uweza wa Roho wake?
- Ni nini nafasi ya maombi katika mahubiri?

Historia ya kanisa haitabadilika kutokana na kutazama tu yale yaliyotokea hadi ufafanue ni kwa nini kanisa lililemazwa au kutiwa nguvu na matukio fulani. Mfumo huu hutusaidia kuona vyema jinsi ya kupata au kutopata ukweli wa Mungu, ulivyoadhiri kanisa na kuunda mioyo ya watu katika makanisa ya kibinafsi.

Badala ya kusoma tu kuhusu wakati wa mabadiliko twataka kufahamu muktadha tunaoishi sasa na jinsi waweza kuwa sawa au tofauti. Kwa njia hii tutaweza kutofautisha yale Mungu anataka tuyatende na nini sehemu yetu.

Iwapo kiini cha maisha kitaunganishwa na mafunzo mengine huenda ukapotea na kuzikwa kabisa. Sauti zingine zitang'ang'ania kutambulikana, au tamaduni za watu zitanawiri. Iwapo kitaunganishwa au kitasimama peke yake katika shuleni, makanisani au kwenye familia zetu, tutajichangamsha kusoma masomo yanayolenga- mabadiliko ya kiroho. Katika zoezi lifuatalo kutakupa nafasi ya kuandika malengo yako makuu.

Ikiwa ratiba ya kiini cha maisha itaunganishwa na masomo mengine au la, masomo haya yatahitaji kuendelezwa kwa namna ili kuzingatia ukuaji wa kibinafsi wa wanafunzi.

Kitabu hiki kimenuiwa tu kuwa utangulizi wa jinsi ya kurejesha mafunzo mema katika shule, manyumbani na makanisani, kwanza kwa kutanguliza mada ya Mungu na kisha kuweka hali tofauti ambapo Mungu anaweza kukuongoza ili achukue usukani. Tunaachilia maono na kutoa mifano michache ili kuwasukuma walimu na wanafunzi, wachungaji na washiriki wa kanisa ili wawe na wanastahili kuwa ndani ya Mungu.

Vizazi vya watu wa Mungu wamechanganywa kutoka kwa uhusiano wa dhati na nguvu za ukweli wa Mungu. Hili sharti libadilike. Kusudi letu ni kuujenga mwili wa kristo ili kuwa bibi arusi msafi anayesubiri kuja kwa Kristo. Kwa kuyaeleza malengo ya Mungu kwetu, kwa imani twaweza hatua kwa hatua karibia lengo hilo.

Tunavyotambulisha kiini cha maisha na jinsi kinavyofanana katika hatua tofauti za maendeleo ya kiroho ya mtu, basi twaweza itumia katika hali fulani. Yote kwa pamoja, uwezo wetu kama waamini huja pamoja na makusudio ya Mungu na nguvu zake katika maisha yetu. Hii ndiyo sababu tulichaguliwa na kuumbwa kwa ajili yake. Tuikumbatie na tuanze kuona jinsi Mungu atatusaidia tufikie kufanana na Yesu hapa duniani.

Mifano Miwili Ya Kawaida

Kwa kukiweka mafundisho ya kiini cha maisha kando na utaratibu mkuu, unatuweza kuanza kwa udogo, tukitumia fedha kidogo, pole pole tukisambaza maono, tukipanuka huku washauri wazuri wakichomoza. (kuhakikisha kufaulu) na kuleta mabadiliko pole pole kwa ratiba yote kwa ujumla.

Kwa mfano, ijapokuwa nina husisha kanisa na huduma hii ya kuandika na mafundisho ya kimataifa, kila wakati ninautazama ni wapi nitawapata watu wachache wanotaka ushauri.

Iwapo kanisa linalojihusisha nalo lina mipango wa mafundisho au la, haijalishi (kwa nasaha njema inajalisha). Ni vyema kuanza mahali tuko na jinsi kanuni za maisha zahitaji kuunda yale tuyafanyayo.

Wakati mwingi nimejaribu kuwahusisha walimu wengine ili kufunza madarasa ya watu wazima pamoja nami. Twabadilishana kufunza, lakini kabla ya kufunza twakutana pamoja na kuzungumzia masomo yetu. Watu hawa baadaye huwa walimu wakiwa na maono na makusudi yale yale. Tunao moyo wa kusomesha sio tu kitabu cha Warumi, kwa mafano, baadaye ya kuuona ukweli umebadilisha maisha yao.

Kuunganisha kabisa kiini cha maisha na taasisi ambazo zimeshaimarika ni rahisi zaidi, lakini uongozi wenye ujasiri na kupokea upingamizi kutoka kwa wale wasiopendelea mabadiliko. Pamoja na changamoto kwa walimu na wachungaji, twahitaji pia mabadiliko ya matarajio kutoka kwa watu wa Mungu ili kuwahimiza pole pole wale viongozi wazembe duniani kote wafanye mabadiliko mema.

Kwa nini mwana-chuo atoe maelfu ya fedha kwa shirika la masomo ya juu kwa shahada ambayo haimsaidii? Kwa nini mshiriki aje kanisani ambalo halina maono na imani ya mshirika wo wote kukua katika mfano wa Kristo?

Twahitaji utekelezaji ambao umewezeshwa na Mungu katika mioyo yetu, nyumbani mwetu, makanisani, vyuo vya mafunzo ili kuwezesha kanisa badala ya kuendelea kudumu katika mafundisho yasiyofaa.

Mbona tusiwe viongozi hao wenye ujasiri ambao wanasisitiza kupanda ukweli wa Mungu katika maisha yetu?

Somo

- Kuunganisha mabadiliko ya kiroho katika maisha ya wanafunzi kutahitaji kiasi kikubwa ya mabadiliko jinsi shule na makanisa huendesha ratiba zake na mafundisho.

- Malengo ya Mungu kama yanavyoonekana katika kiini cha maisha ni sharti yawe ndio mtazamo mkuu wa shule na makanisa haya kuweza kuona ufufuo, kudumu na kunawiri.

- Ukitumia kiini cha maisha kama kitabu kando cha mabadiliko ya ndani chaonekana kuwa bora kuliko mabadiliko ya sehemu kubwa kuunganisha kanisa na ratiba yote. Anza padogo. Furahia ufanisi. Panua maono.

Tafakari Na Kariri

- Wafilipi 2:14-16

Zoezi

➡ Je, umewahi kumkagua mtu kiroho hapo awali? Vipi? Ni matatizo yapi ulipitia?

➡ Utafafanua kiini cha maisha? Je unaamini kwamba shina na maisha yastahili kuwa ndio mtazamo mkuu wa mafunzo ye yote ya Kikristo? Eleza.

➡ Kagua ni changamoto zipi wawezakuwa nazo huku ukitaka kuyafanya maisha ya Mungu kuwa ndio mtazamo wa kati wa shule yako, kanisa lako, mtu binafsi, na kadhalika.

#35 Kukuza Uongozi

Shule za huduma bila shaka husema kwamba wote wamo kuunda viongozi wema katika nyanja tofauti ambazo wanafunzi wao wanafunzwa: wachungaji, wamishonari, washauri, wasimamizi, waalimu, na kadhalika, lakini ni hivyo?

Nilimuuliza mchungaji mmoja kuhusu huduma ya mafundisho kanisani mwake, viongozi wa dhehebu lake wakishangaa kwa nini hawatumii viongozi wake kwenye vyuo na shule zao za Biblia. Alisema kwamba shule hizo hazifunzi watu kwa ajili ya kazi. Je mafunzo hayo katika shule zetu zilizo bora kabisa zinawaandaa na imani kubwa ili kupigana na majaribu, kukuza upendo wa Mungu, ustadi wa kutumia neno la Mungu ili kuwatumikia wengine kwa huruma.

Kitabu hiki kimeangazia jinsi ya kukuza msingi madhubuti ya viongozi wema. Kando na kuhitaji nafasi nzuri ya kukua, wanahitaji pia mwelekeo, ikitegemea na maendeleo ya kiroho ya kila mtu binafsi. Hata hivyo, mafundisho haya ya kimsingi yamekusudiwa na kuundwa kwa kila mwamini.

Pasipo kupalilia maisha ya kiroho, mtu hawezi kuwa kiongozi mwema. *"Pasipo mimi ninyi hamwezi kufanya neno lolote"* (Yohana 15:5)

Mfalme Daudi alikuwa na wazo hilo hilo. *"Uniombe nami nitakupa mataifa kuwa urithi wako, na miisho ya dunia kuwa milki yao"* (Zaburi 2:8).

Ukuaji wa kiroho ni kumaliza yale mambo ambayo hututenga na kutupofusha na uwepo mtukufu wa Mungu. Kwa ufafanuzi unaofaa, maendeleo ya kiroho ni kupokea njia za Mungu zaidi kiasi kile mtu aongezavyo wakati wa uhusiano wa dhati na Mungu.

Tabia ya ulimwengu, roho ya kupenda mali, washirikina ni nguvu tatu zenye msukumo mkuu katika ulimwengu wa kisasa amabazo zinatutenga na Kristo. Kanisa halihitaji kuishi na woga wao hadi kanisa livae silaha yote ya Mungu.

Mifano yetu ya mafunzo mara nyingi husaliti makusudi yetu ya kweli. Ijapokuwa ufahamu mwema wa ukweli ni mwema, lengo hili lahitaji kuwekwa vyema katika kanuni za kiini cha maisha ili habari inayounga badala ya kuzuia maendeleo ya maisha ya kiroho. Imani inayoshinda vita vya kiroho ndiyo inakuza kiongozi mkristo. Watu wengi huniambia kwamba hata hawajatoka katika kiwango cha pili. Bado wanang'ang'ana na kiasi kikubwa cha majaribu ya kila aina.

Kiongozi aaungapo, huwa mwepesi kukumbana na mawazo ya kuvunja moyo kutoka kwa yule mwovu. Sote twaweza anguka lakini ni mazoea kwamba pasipo imani ya kushiriki na wengine jinsi tunavyoweza kuishi maisha ushindi. Kushindwa huku husababisha kuanguka zaidi.

Niruhusu nishiriki nawe baadhi ya njia ambazo nimepata hutumiwa kwa mafundisho ya kikristo hazitoshi. Tutakagua udhaifu wa viongozi ambao hutokea kwa ukosefu wa maendeleo katika hatua za kwanza mbili ya maendeleo ya kiroho.

Hatua # 1: Nia ni kukuza matumaini ndani ya Mungu ambayo hutokana na kuwa imara ndani ya upendo wake.

Iwapo viongozi hawatambui upendo wa kudumu wa Mungu katika maisha yao (wastahili kuwa walijifunza katika hatua ya 1), waanza kua wakiyumbayumba katika wokovu wao na maoni yao kuhusu huduma. Pasipo ufahamu mzuri wa msalaba, mtu anahisi sharti ang'ang'anie kupata kukubaliwa na Mungu kupitia yale anayoyatenda. Desturi, utaratibu wa sheria na kutilia mkazo wa yale mtu ametenda hubadili kuabudu kwa kweli na kuanza kuabudu sanamu.

Shida nyingine huenda zikatokea kama vile tabia ya kutaka kutambulikana kupita kiasi kutoka kwa wengine, kushindwa ukijishughulikia na kukosa nafasi ya kuangazia wengine huku ukiwapenda na kuwatumikia.

Hatua #2: Nia ni kutumia neno la Mungu ili kuyashinda majaribu.

Pasipo na kukua kwema kwa imani katika hatua #1, sio rahisi mwamini kuenda zaidi ya hatua #2. Hali nyingi za maisha ya mkristo zitakuwa katika hali ya kushindwa kabisa.

Mwamini mchanga anastahili kuwa na ujasiri mkubwa ndani ya neno la Mungu, sivyo? Na itakuwaje akitambua kwamba kuna majaribu ambayo hawezi kuyashinda? Mwamini wa namna hiyo huanza kushawishika kwamba neno la Mungu halimhusu. Mungu hujiweka kando kwa jinsi wanavyoishi maisha yao ya kila siku na wanavyojaribu kukua kiroho.

Tabia hii huharibu kanuni zote za huduma na neno la Mungu. Badala ya kukuza imani ndani ya neno la Mungu, yule mwovu kwa hila atadokeza shaka katika mawazo hivyo kumwongoza katika shida zaidi.

1. Kuruhusu dhambi katika maisha yao.

2. Kuvumilia maisha ya dini badala ya kupalilia ushirika wa Mungu.

3. Kukubali kanuni hafifu za neno la Mungu.

4. Maadili ambayo wataalamu wanahitajika ili kumsaidia katika changamoto kubwa za kiroho kwa sababu hawawezi jitatulia wenyewe.

Kufahamu Huduma Ya Kweli

Iwapo huduma yetu kubwa inatokana na ushirika wetu na Kristo, basi lazima tukiri kwamba tukivumilia mambo yasiyo machafu katika maisha yetu, haijalishi kiwango kile tunakumbana nacho, ukosefu huu wa ushirika na Mungu utaadhiri nguvu zetu. Huduma yetu, kisha huangazia tajriba yetu, ujuzi wetu na nafasi badala ya ushirikiano wa Bwana nasi.

Dhambi katika maisha ya mwalimu au mchungaji huwa udhaifu mkubwa ambao yule mwovu atautumia sio tu kuharibu mtu huyo, lakini pia kudhoofisha huduma yake.

Hii kwa kifupi ni mojawapo wa sababu ambazo twahitaji viongozi wema badala ya wale ambao wameshalemewa na tamaa zao, ambao wamevutiwa na wazo la dunia kuhusu ufanisi, wenye kiburi au waliofungia kinyongo mioyoni mwao. Upendo mtukufu wa injili hauangazi kutoka maishani mwao. Hawawezi kukua, na maisha yale yaliyomo ndani yao yanaanza kufifia. Makanisa na shule za huduma ya kikristo sharti zitambue kwamba ushindi wa haraka katika mafundisho yahitajika ili kurejesha watu wa Mungu na maisha yao pahali pa utukufu ambapo Mungu amewaitia.

> "Na wale walio na hekima watang'aa kama mwangaza wa anga; na hao waongozao wengi kutenda haki watang'aa kama nyota milele na milele" (Danieli 12:3).

Kwa kueleza, viongozi wema sharti watoke kutoka hatua ya tatu ya ukuaji wa kikristo. Wanaweza faidika pia kutokana na mafunzo, ufahamu na maendeleo ya ujuzi, lakini tabia njema yabaki kuwa muhimu kwa huduma kabambe ya Mkristo kwa sababu inapima kiwango cha ushirika kati ya mtu na Mungu wake.

Uongozi Mwema

Jambo moja la kuvutia ni kwamba Mungu anapedezwa kushirikishwa katika mpango huu wa mafundisho kwa viongozi. Uzima ule ambao ametia ndani ya mioyo yetu huendelea kwa sababu ya injili yake ilikuwa hadi mfano wa Kristo.

Tazama jinsi Paulo ameeleza kila hali ya uongozi mwema wa msimamizi/ askofu. Maisha yake sharti yatangamane na wadhifa wake wa uongozi.

> "Ikiwa mtu hakushitakiwa eno, naye ni mume wa mke mmoja, ana watoto waaminio, wasioshitakiwa kuwa ni wafisadi wala wasiotii. Maana imempasa askofu awe mtu asiyeshitakiwa neno, kwa kuwa ni wakili wa

Mungu; asiwe mtu wa kujipendeza nafsi yake, asiwe mwepesi wa hasira, asiwe mlevi wala mgomvi, awsiwe mpenda mapato ya aibu; bali awe mkaribishaji, mpenda wema, mwenye kiasi, mwenye haki, mtakatifu, mwenye kudhibiti nafsi yake; akilishika lile neno la imani vile vile kama alivyofundishwa, apate kuweza kuwaonya watu kwa mafundisho yenye uzima, na kuwashinda wenye kupinga" (Tito 1:6-9).

Hii sio tu orodha ya sifa ambazo jamii inaziona kuwa ni muhimu katika tamaduni za mahali na wakati ule. Mengi yametajwa. Uadilifu ambao tunaishi nao katika maisha yetu binafsi kutokana na malengo mema ya Mungu huadhiri moja kwa moja jinsi tutakavyoadhiri na kufunza watu wengine.

Mmojawapo wa vitabu vyetu "Mtu Mwema" hufafanua kwamba wema wa kweli hutokana na mtu akiwa karibu na Mungu. Twatumia tabia aina kumi za Mungu kuonyesha jinsi zinavyoadhiri maisha ya mwanadamu.

Ujasiri unaotokana na kazi njema ya Mungu ndani yetu husababisha imani ambayo hutusaidia:

1. Kuishi karibu na Mungu

2. Kuvumilia tunapojaribiwa

3. Kuwahudumia wengine vyema na neno la Mungu

Pasipo ujasiri huu, ni heri tusihudumu. Au vyema zaidi, tujifunze jinsi ya kuupata ujasiri huo na kuendelea katika huduma yetu. Tukiwa na moyo na imani inayofaa, matengenezo yanaweza tendeka kwa haraka.

Mungu hupendezwa kuwainua viongozi wema na hapendezewi na majaribio yetu kuwaunda viongozi wasio na maadili. Tunaziachilia nguvu za Mungu katika mafunzo yetu na kanisa kwa jumla kwa kutafuta maendeleo yale yaliyo muhimu kwa kiongozi, roho inayomtafuta Mungu, iwapo ni kwa maisha yetu ya kibinafsi, huduma au mafunzo kwa wengine.

"Lakini Bwana akamwambia Samweli, usimtazame uso wake, wala urefu wa kimo chake; kwa maana mimi nimemkataa. Bwana haangalii kama binadamu aangaliavyo; maana wanadamu huitazama sura ya nje, bali Bwana huutazama moyo" (1 Samweli 16:7).

Iwapo makanisa na shule zetu zingehakikisha kwamba mafunzo haya ya msingi yamefunzwa kwa watu wake, bila shaka neno la Mungu lingekua miongoni mwetu ili viongozi wema wakiwezeshwa na Roho wa Mungu wahudumu miongoni mwa watu wake.

Somo

- Ni lazima tukose subira na kutovumilia njama za mafundisho ambayo hazisisitizi mabadiliko ambayo ni muhimu kwa uongozi mwema na mafunzo mema.

- Kanuni zetu lazima zihusishe kuishi maisha mema, la sio hivyo kanuni zinazokubaliwa huwa la kuchikiza mno mbele ya macho ya Mungu na kila mtu huumia.

- Mungu ana njia maalum ya kurejesha waamini wote na kuwaleta kwenye kuishi maisha mema ili wawaza kuhitimu kwa uongozi mwema.

Tafakari Na Kariri

- Tito 1: 5- 9

Zoezi

➡ Je wewe ni kiongozi mkristo? Wewe ni mtauwa? Eleza.

➡ Je unamjua kiongozi ye yote asiye mtauwa katika kanisa lako, shule au huduma? Iwapo ndio, tambua baadhi ya shida ambazo hujitokeza.

➡ Iwapo uliwahi kuenda katika shule ya huduma, waliwahi kukufunza kuhusu moyo, hali na tabia? Je ilikuwa kwa hiari? Ilitokeaje? Inaweza kuimarisha vipi?

#36 Kufunza Makanisani

Kanisa la mashinani hata madhehebu yote yanahitaji kuangazia mafundisho ya viongozi huunda kanisa. Kama vile wachungaji wanavyohubiri na kuishi, ndivyo hivyo watu wa Mungu huendelea.

Vitabu vya waamuzi na wafalme vinatupa wingi wa mifano inayoonyesha viongozi tofauti tofauti. Viongozi jasiri kama vile Gideoni na mfalme Daudi wanatofautishwa na viongozi wabaya kama vile Samsoni na mfalme Ahabu na mke wa Jezebeli. Kunayo majina ya heshima na matarajio tofauti tofauti baina ya waamuzi na wafalme hawa wa kale na wachungaji, walimu na wazee wa leo - viongozi wa watu wa Mungu leo – lakini ushawishi wa viongozi juu ya watu wa Mungu huwezi kataliwa.

Hamna kanisa la mashinani ambalo litapita kiroho mahali mchungaji wao amefika. Hilo pia ni kweli kuihusu familia au shule. Je si hili ndilo Yesu alimaamnisha aliposema *"Mwanafunzi hampiti mwalimu wake, wala mtumwa hampiti bwana wake"* (Mathayo 10: 24).

Kunazo nguvu kubwa zinazokuja kinyume cha imani ya Biblia ambayo husababisha, kile tunachokiona kama tabia ya kawaida ya kuingia katika kutoamini na maadili machache.

Ustaarabu vile vile huonekana kutoka kwenye mashiko ya nguvu na kuaza kulegea.

Roho wa Mungu yupo na anaendelea kutenda kazi, ila wakati viongozi wanavumilia tuhuma katika maisha yao, Roho wa Mungu anazuiliwa kutenda kazi. Watu wanaanza kuiga au hata kuvumilia tabia, za mchungaji kuhusu walimwengu, ulagai wa kidini na uzinzi.

Sio lazima Bwana atende kazi na viongozi hawa wana ushawishi mkubwa kuhusu afya ya kiroho ya kanisa. Pahali pema pa kuwafundisha watu ni kanisani, kisha baadaye katika vyuo vya Biblia.

Na je iwapo tunaye mchungaji ambaye ni makini kuwakuza watu wa Mungu kiroho? Wachungaji niwambieni, " Nilijaribu njia hii na ile na sasa sijui ni lipi linguine la kutenda".

Tatizo kuu linalokumba makanisa hayo ni kwamba hamna ramani kubwa. Malengo ya kawaida ni malengo mazuri yanayostahili kufuatiliwa, lakini hayana njia ya kuleta watu wa Mungu hadi hapo.

Ramana Ya Kiroho Ni Muhimu

Wanaona haja fulani hapa na pale na wanatenda wawezalo kushughulikia, lakini mara nyingi, juhudi hizi zinatumika kama kiraka badala ya suluhisho. Ni za muda mfupi na zadhihirisha kwamba shida tunakumbana nayo ni kubwa kuliko tatizo moja au mbili tulizoziona.

Kazi Kuu Ya Mungu

Bila kukumbatia kazi kuu ya Mungu, mara nyingi tutazingatia kufunika viraka badala ya kuunda. Mungu ana lengo kuu kwa ajili ya kanisa hapa duniani.

Kanisa la mashinani ni kikundi cha watu ambacho kinaishi na kiko mbioni ambacho Mungu anapendezwa sana kutenda kazi nalo na kuonyesha utukufu wake.

> "Mmejengwa juu ya msingi wa mitume na manabii, naye Kristo Yesu mwenyewe ni jiwe kuu la pembeni. Katika yeye jengo lote linaunganishwa vema na kukua hata liwe hekalu takatifu katika Bwana. Katika yeye ninyi nanyi mnajengwa pamoja kuwa maskani ya Mungu katika Roho" (Waefeso 2: 20 - 22).

Katika kifungu kifuatacho tutaangazia tofauti iwapo kiini cha maisha kitawekwa katika taasisi mafundisho ya kikristo. Mengi ya yale yanayo katika upeo wa kanisa la mashinani yatendeka katika taasisi nyingine za mafundisho ya kikristo.

Hata hivyo kanisa ni tofauti katika taasisi za mafundisho ya kikristo kwa njia nyingi. Kanisa halifundishi tu watu wa Mungu, ndilo watu wa Mungu. Katika hali ya mpangilio, kunazo tofauti nyingine. Kwa mfano, kwa sehemu kubwa, watenda-kazi hawalipwi, ni wa kujitolea washiriki wa kanisa kwa kawaida hudumu katika kanisa la mashinani zaidi kuliko wanavyo shule ambapo mtu hudumu kwa miaka kadhaa.

La mwisho, walimu wa kanisa, muda mwingi wanapata kuwa na muda mfupi kukutana kuliko ilivyo katika vyuo vya Biblia. Kwa mfano ingawa mkufunzi aweza kuwa na darasa moja kwa wiki pamoja na wanafunzi, huenda akahitajika kusoma vitabu na kuandika makaratasi wiki nzima. Mchungaji au mwalimu wa shule ya jumapili hawawezi epuka hili.

Niruhusu Nijadili Tofauti Hizi Moja Kwa Moja

Kuendeleza mawasiliano na ushauri wa kibinafsi.

Wakati ni jambo muhimu manufaa ya kanisa yanahidhirika jinsi linavyoturuhusu kujihusisha kwa undani na maisha ya watu binafsi. Kwa upande ule mwengine wakati mwingi zaidi unaweza kusababisha mtu kupoteza mwelekezo. Hamna jambo lililo dharura - ila ushauri wakati wa shida. Mahudhurio ya kanisa, darasa au ratiba mara nyingi yanaanza kudhaniwa ni maendeleo ya kiroho.

Shule huangazia yale yatatendeka muhula baada ya muhula. Kanisa kwa upande ule mwingine linaanza kuwaza kwamba mambo yote yataendelea vyema kwa sababu mtu anahudhuria ibaada kanisani au darasa za shule ya jumapili. Kunakuwa na kusudi ndogo isipokuwa watu wataendelea kushiriki na kutoa.

Kiini cha maisha kinatusaidia kuchora ramani ya maendeleo ya maisha, pamoja na nafasi ya kutumika na kuzaa tunda. Viongozi wa kanisa kama vile wachungaji wenye huruma hukutana moja kwa moja na kila mtu binafsi na kuwasaidia kutambua wamo katika kiwango kipi cha mafunzo. Pia wanaweza kutambua ni wapi msingi yao inayumbayumba. Uhusiano wa moja kwa moja na wakati tunaodumu pamoja unaturuhusu kushauri wale watu binafsi bila kuharibu utaratibu wa darasa.

Katika kanisa hata mtu anafunga ndoa, baada ya fungate, maarusi hao watarudi kanisani, na mafundisho yao yataendelea, (Au vyema zaidi, tunaweza wafunza kuhusu ndoa nzuri). Wakati uko upande wetu.

Viongozi wa kanisa wawezapata majadiliano ya maana wakijaribu kutafuta jinsi ya kuwasaidia wenye misingi hafifu na kuwa watu hawa mbele katika kukua kiroho, wakiwa na nia ya kwamba watawatumikia wengine baadaye.

Kinyume na mkufunzi, mara chache mchungaji hupata nafasi ya kufunza mambo ya kiwango cha juu kumhusu Mungu, kwa sababu muda ni mfupi, kila saa lina maana. Nguvu za zimo katika uwezo wake kutangaza neno la Mungu kwa nguvu na kulipa neno hilo nafasi ili lipate kukua. Biblia inaruhusu iwapo sio kuhurutisha kwamba tuangazia mada kuu za wokovu, utakaso na kueneza injili.

Tatizo laweza tokea na mara nyingi hutokea wakati watu binafsi hawakui. Maneno ya kanisa yawezachochea lakini sio lazima pawe na kukua kiroho na kukomaa. Uzito huu unatokana na nini hata watu wa Mungu wasiweke shawishika kuwa mahubiri na mafundisho mazuri?

Kuna mambo mengi ambayo huchangia, ikiwemo dhambi zetu wenyewe. Yohana katika Ufunuo 2 - 3 anatambua nyingi ya sababu zinazosababisha uvuguvu huu, lakini tunaona mara tena na tena Yohana akiangazia urejesho.

Katika kila anwani kwa makanisa saba, Yohana anaanza kuangazia nafasi halisi ya Yesu kanisani, kila mmoja ikiashiria shida iliyoko. Kwa Smryna Yesu, alikuwa aliyefufuka. Woga wa kifo haustahili kulikumba kanisa. (Ufunuo 2:8-11); kwa Pargamo, upanga ukatao kuwili unahakikisha uamuzi wa haki kutokana na udhalimu kanisani (Ufunuo 2: 12- 17) nakadhalika. Urejesho kila wakati utasababisha tuendelee kuangazia nafasi yetu tukufu ndani ya Kristo Yesu.

Mipango yetu linaloangazia urejesho ni kuunganisha tena mipango yetu ya maisha na shina la kati la maisha hayo ambao ni bwana. Kama vile mwamini apatavyo mwongozo mzuri katika ramani ya Kiroho (hivyo ni viwango vitatu vya mafundisho), hamu ya kukua hurejeshwa. Wakati lengo kuu linaunganishwa na majukumu maalum ambayo hutokana na ushauri, hupata ujasiri kwamba wanawezafikia lengo hilo na hivyo wanakuwa tayari kushiriki.

Kwa urahisi, mchungaji anapaswa kuwa anaweza kuandaa maono ya yale Mungu anatenda kwa watu wake. Iwapo hili litaunganishwa na mpango madhubuti wa ushauri, basi msisimko utaongezeka ndani ya watu wa Mungu sio kutoka kanisani mbali kutoka kwa Bwana na kazi yake ndani yao.

Ushawishi Mdogo

Watu wa Mungu hawawezi lazimishwa kwenda darasani. Hawajatoa fedha zao nyingi ili wate shahada. Iwapo mafundisho ya kanisa yatatekelezwa vyema watu wataona Mungu akibadilisha maisha na washiriki kwa furaha na kumwabudu. Watu 'hawatalazimika' kuwa pale mbali watatamani kuwa pale.

Wengine watavutwa kushiriki kutokana na wale wenye msisimko kuhusu yale Mungu anatenda katika maisha yao.

Hii ndio taswira ya kanisa la Mungu, Mungu akiishi miongoni mwa watu wake. Mabadiliko sharti yatukie yakiambatana pamoja na mafundisho na mahubiri ya hadharani iwapo Mungu ataonekana kuishi ndani yao.

"Tunapohistamili maisha yasiyo na utakatifu na ukuaji wa kiroho, basi bila shaka hatumkaribishi Mungu na kazi zaka miongoni mwetu. "Katika yeye ninyi nanyi mnajengwa pamoja kuwa maskani ya Mungu katika Roho" (Waefeso 2:22).

Kanisa la mashinani ni mahali pazuri pa mafundisho na hamna haja ya kuwa na hofu ya kushindana na vyuo vya Biblia. Laweza iwapo litatenda kazi yake vyema. Wengi huenda katika vyuo vya Biblia kwa kutafuta kusudi na ushauri huu ambao hawaupati kanisani.

Mwelekezo huu wa kuwa na masomo zaidi nje ya kanisa ni mzuri kwa njia kadhaa, japo ninawaza iwapo haidhihirishi ukosefu wa mafunzo bora na nafasi za huduma makanisani. Iwapo mchungaji anazidi kukua katika upendo wake wa kiroho kwa wengine na kwa Bwana, inaambukizana. Watu watatenda vivyo hivyo; watatamani kukua na kuwatumikia wengine zaidi.

Kanisa sharti liwe lenye bidii katika kuwasaidia waamini kuwa wenye nguvu bila kutarajia kwa hilo litatendeka kwa njia kawaida.

Somo

- Kanisa lina nafasi kubwa na jukumu kufafanua ni wapi kila mwamini yupo katika ukuaji wa kiroho, jinsi ya kushughulikia shida hadi kufikia huduma inayozaa matunda.

- Watu wa Mungu wana hamu ya kujua mapenzi ya Mungu katika maisha yao na jinsi yatatekelezwa. Angazia mambo hayo katika muktadha wa Biblia na watu wa Mungu watahusika.

- Mungu anapendezwa kuwainua watu wake kuwa hekalu lake takatifu. Anawatafuta wale watu ambao atatenda kazi pamoja na kujiiletea utukufu wa kuwaleta watu watauwa kwake kwa ajili ya huduma. Kwa kuwasaidia watu kukua, kanisa linatoa mchango mkubwa kwa kuunda viongozi wenye nguvu kwa ajili yao wenyewe na makanisa mengine.

Tafakari Na Kariri

- Waefeso 2: 21- 23

Zoezi

➡ Ukizingatia kanisa unaloshiriki kwa sasa, eleza kuhusu mambo tuliyoyajadili hapo juu. Je watu wa msisimko wa kukua. Iwapo ndio kwa nini? Iwapo la kwa nini?

➡ Je viongozi wa kanisa wanawashauri washiriki wao kwa njia ambayo wajua wamo wapi katika ukuaji wao wa kiroho na jinsi ya kufika hatua hiyo nyingine?

➡ Je watu wanakomaa na kuwatumika wengine kwa kawaida? Ni asilimia ngapi ya watu wanajishughulisha katika kutunza na kujenga kanisa (tukihusisha usimamizi na uelekeza wa kazi)?

#37 Unganisho Katika Shule za Mafundisho

Katika kifungu hiki, tutaangazia jinsi mafunzo katika vyuo vya kikristo pamoja na shule za mafunzo katika vyuo vya kikristo pamoja na shule za mafunzo ya huduma zaweza nufaika kutokana na shina hili la maisha katika mawazo. Shule zina mazingira bora ya usimamizi kuliko makanisa. Mafunzo sharti yaingiane na utaratibu wote kwa jumla.

Hata hivyo, iwapo kusudi la mtu limo wima na imara, maisha ya kiroho, mafundisho ya maisha kiwango cha maana hasa sharti yatendeke. Hatua hizi muhimu za maisha zimeunganishwa moja kwa nyingine katika nyanja za mafunzo. Acha nikupe mfano: Maarusi wachanga na wanao wawili walikuja kuwa wachungaji wa kanisa. Walikuwa tu ndio wamehitimu na walionekana kufaa. Walikuwa wamejitolea na wenye hamu kuu ya kujihusisha na hali yao mpya ya uchungaji. Miaka kadhaa baadaye walitambulikana kwamba wana shida za ndoa. Hawakuweza kuelewana. Mvutano huu ulijidhihirisha kwa namna ambayo uongozi wa bwana huyo ulivyokuwa wa kiburi. Mwisho wake ungeweza kutabiriwa. Baadaye tu ndipo tuliweza kutambua kwamba matatizo yao ya ndoa yalianza hata wakiwa wangali chuoni.

Ingawa chuo cha Biblia kiliwapa mafunzo mazuri, shida katika ndoa yao zilidhihirisha kwamba msingi wa huduma haukuwepo. Shida za namna hii zinazidi kuongezeka kila wakati kiasi kila familia zisizonawiri zikizidi kuongezeka.

Kirejelea Madhumuni Yetu

Mtu huyo alihitimu kutoka chuo lakini bado maisha yake yalikuwa yamesambaratika. Ni nini jukumu na lengo la vyuo vya biblia au shule katika kuwaandaa watu kwa huduma. Je, wanapaswa kuwahitimisha wale walio na shida za kibinafsi au za ndoa? Kwa wengine, maswali haya ni ya kipuzi. Kwa nini wasihitimu?

Makanisa hudhani kwamba wale ambao wanahitimu kutoka vyuo hivi wamekomaa kwa sababu wamepita mitihani yao. Na bado shule hazitoi mafunzo kuhusu tabia na ukomavu wa kiroho ambao unahitajika. Hii ndio sababu kupita mitihani ya ufahamu pekee haitoshi kuafikia lengo la kukomaa kiroho.

Ni sharti kupasisha utaratibu wa elijmu wa shule zetu kwa lengo kuu la Bwana ili kunufaisha mafunzo yetu zaidi. Iwapo lengo ni kuwaandaa watu kwa huduma, basi sharti tuwaunde kwa huduma hiyo. Mafunzo sharti yapite kuwapa ufahamu tu, mbali kusaidia kuunda tabia zao na kujitolea kwa ajili ya kutumika.

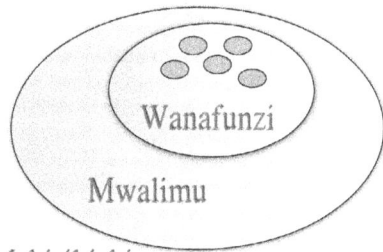

Wachache watapinga hoja hii kwa sababu ni muhumu kwa injili. Tunapaswa kupendana mmoja kwa mwingine. Maisha yetu yametwaliwa na Bwana ili kuishi kwa ajili ya kusudi lake la kupisha malezi ya haki kwa wengine.

> "Maana ninyi ndugu mliitwa mpate uhuru ; lakini uhuru wenu usiwe sababu ya kuufuata mwili, bali tumikianeni kwa upendo" (Wagalatia 5:13).

Ingawa twatarajia mema, ni rahisi kuwa na madharau wakati mwingine, mwaka baada ya mwaka, malengo haya hayatimizwi; lile hitaji huwa shida isiyo ya kawaida iwapo kanisa litapokea mmojawapo ya wachungaji hawa ambao hawajaandaliwa.

Njia Bora

Kiini cha maisha (pamoja na mfano wa utaratibu wa maisha) hufafanua jinsi ya kukabiliana na changamoto hizi. Kwa kutumia malengo ya Mungu ya maisha ili kuunda malengo ya maana halisi ya mafunzo, shule yaweza unganisha mfumo kamili ambao umebuniwa wa kukuza mti kamili, kimwili na vile vile kiroho. Pamoja na mtazamo huu kabambe, ni uwezo wa kutazama viwango tofauti vya ukuaji, madhumuni na mkondo ambao hutokea wakati wa baadhi ya hatua za kukomaa kiroho. Mtazamo huu husaidia wakufunzi kuandaa masomo yao, nafasi za mafunzo na miradi maalum ya kusaidia maendeleo ya wanafunzi wake.

Pendekezo za jinsi ya kukifanya kiini cha maisha kuwa mtazamo mkuu wa mafundisho utakuja katika kifungu kingine. Hapa tutaangazia vile mtazamo huu wote unavyotenda kwa mwenye kuunganisha mwalimu na mwanafunzi.

Shule za kikristo mara nyingi hutumia mambo yaliyokaguliwa kama yalivyotajwa hapa chini, na iwapo hayaunganishwi vyema, hawatazihisi nguvu kamili za Mungu ambazo anahitaji katika eneo hili kwa ufafanuzi, tumekagua hili kutoka njia tatu, mwalimu mkuu (mshirikishi), mwalimu na mwanafunzi.

Majukumu ya mshirikishi (kwa mfano mwalimu mkuu au kamati andalizi).

- Hakikisha kwamba kiini cha umoja kimeunganisha mafunzo yote.

- Kuweka matumaini kwamba mafundisho yanaufikia moyo wa mwanafunzi

- Angazia kutimiza malengo ya Mungu kwa utukufu wa Mungu.

- Nuia lengo ambalo kila mtu anaweza kutimiza; msimamizi, mwalimu na mwanafunzi.

- Hakikisha kwamba kila mtu yuko pamoja kuhusu ukuaji hata waalimu, wasimamizi na wanafunzi.
- Thibitisha kwa hakika kwamba lengo la Mungu kutumikia ni njema na lahitajika
- Weka uwazi na wadhamini wa shule
- Ongeza ufahamu wa sehemu ya Roho na kusudi la mafundisho
- Fafanua utaratibu wa ukaguzi wa kila somo na tajriba ya mafundisho
- Unganisha maisha ya kiroho na mafundisho

Majukumu Ya Mwalimu Na Mkufunzi

- Chagua kila somo na uone pahali pake katika mafunzo yote
- Zungumza kwa uwazi jinsi masomo yanaunganisha maendeleo ya kiroho ya mwanafunzi na huduma yake.
- Kuwepo ongezeko katika maana na msisimko kwa mafunzo ya kiakili
- Tafuta kuhusika kwa Mungu katika masomo yote na pia katika kila darasa
- Pokea himizo kwa kuona jinsi Mungu anavyotumia watu ili kuwaandaa watu vyema
- Mweke Mungu kama sehemu ya utaratibu wa mafunzo
- Kumbatia lengo kuu la Mungu na mtafuta Mungu kutimiza malengo haya
- Tafuta hekima ya kipekee ya Mungu ili kuweza kuwafunza wanafunzi vyema
- Wasilisha maono haya kwa wasomi
- Funua ukweli wa nguvu za Mungu jinsi anavyoandaa wanafunzi kukumbana na shida kubwa za kibinafsi

- Kwa ujasiri onyesha wanafunzi kumtegemea Mungu ili kupata suluhu badala ya suluhisho nje ya kanisa

- Amini kwamba wanafunzi wanalindwa kibinafsi pamoja na kimawazo

Majukumu Ya Mwanafunzi

- Fahamu maandalizi kamili ya Mungu katika maisha yako ili kutekeleza makusudi yake

- Tambua kwamba mafunzo haya rasmi yanahusiana na malengo ya Mungu katika maisha na huduma.

- Angalia jinsi mafunzo yaweza kuongeza uwezo wa Mungu wa kutimiza malengo ya Mungu katika na kupitia maisha yako

- Kagua wako wapi katika mkondo wa maisha ya kiroho

- Sisimkia kukua zaidi na utapunguza jaribio la kiburi

- Himizwa na ukuaji wa siku zilizopita

- Mara kwa mara mkumbushe kwamba mafunzo yanahusiana na maisha yote kwa jumla

- Tambua malezi ya Mingu binafsi katika maisha ya mtu kwa jumla

- Pata taswira iliyoungana ya jinsi mafunzo ya ujuzi na ufahamu yanahusiana na msingi ya kiroho.

- Nufaika kwa kutambua suluhisho kutokana na changamoto zako binafsi ambazo hazitatatuliwa.

- Weka huru kutokana na dhambi! Kua katika imani

- Angazia huduma

- Shinda kuvunjika moyo kutokana na kushindwa kwa awali

- Jifunze kuwafundisha wengine. Haijalishi kiwango chao katika maendeleo ya kiroho.

Hii ni hali ya sote tu washindi kwani malengo haya yanawaleta wanafunzi kufanana pakubwa na lengo kuu la Mungu kwa kanisa, ili kanisa liwe zaidi kama Kristo, utukufu wake hung'aa zaidi na kwa ukubwa hapa duniani.

Utaratibu Uliotengwa

Kando na maendeleo ya kiini cha maisha pamoja na utaratibu wa kawaida, mambo haya ni vyema yashughulikiwe kwa njia ambayo humwongoza mtu kunufaika kutokana na aliyoyapitia. Mwanafunzi ye yote anayeingia kwenye huduma sio tu atajaribu vyema atatumika kwa kuhakikisha kwamba watayatoa maisha yao kwa Bwana na kuwasisimua waamini ili wakue zaidi.

Kutakuwa na matatizo ambayo hutokea mashuleni. Je ni vipi tutaunganisha kiini cha maisha na utaratibu wa kawaida? Je tutafanya nini iwapo tutampata mtu ambaye hataki kukua, au tutasema nini kuhusu wale ambao wanakabiliana na shida kubwa?

Hapa sio mahali pa kushughulikia mambo yote. Mwishowe shule na kanisa sharti liwekwe katika mawazo malengo kuu ya maisha wakati wanapotoa huduma zao. Iwapo hata hivyo, huduma zetu hazilingani na malengo yetu. Twahitaji kwa maombi tuwaze kuhusu utaratibu wote.

Somo

- Washirikishi huendelea kupata ujasiri ili kuunganisha mafunzo yanayohitajika kwa kutoa maandalizi mema kwa ajili ya huduma.

- Waalimu hupata maana zaidi ya kusomesha kwa kutambua jinsi mafunzo haya ni sehemu ya maendeleo kamilki ya mwanafunzi.

- Waalimu wanajifunza jinsi ya kushinda dhidi ya dhambi na kuwafunza wengine jinsi ya kukua ndani ya Kristo. Haijalishi wako wangapi katika maendeleo ya kiroho.

Tafakari Na Kariri

- Wagalatia 5:13

Zoezi

➡ Ukiwa mwanafunzi, taja hali yako kama mwanafunzi wa awali au wa saa hii, hali yako ya ukuaji yalikuwa kiwango kipi? Je, unadhani mafunzo hayo ya kawaida au mengineo, yalikusaidia kuwatumikia wengine katika nguvu zote za Roho Mtakatifu? Eleza.

➡ Je umewafunza au kuwasomesha wengine? Ulikumbana na shida za kuhusisha somo na mahitaji ya mwanafunzi wako ya kiroho au malengo ya Mungu kwa maisha yao? Eleza.

➡ Je, Paulo aliweka mhutasari upi wa maisha yake katika matendo 27:23? Ni kwa nini mambo haya ni ya muhimu kwetu kuishimaisha kikamilifu?

"Kwa maana usiku huu wa leo malaika wa Mungu yule ambaye mimi ni wake, naye ndiye nimwabuduye, alisimama karibu nami" (Matendo ya Mitume 27:23).

➡ Iwapo wewe ni mwalimu au msimamizi wa chuo cha Kikristo, je unadhani kwamba shule yako imekumbatia kii shili hili la maisha? Eleza. Ni shida zipi zawezatokea iwapo utatekeleza hayo.

#38 Mafundisho Katika Shule za Kikristo za K-12

Shule za kikristo hufunza watoto wengi. Zaidi ya watoto milioni moja na robo hushiriki katika shule za Protestanti za Amerikani kila mwaka. Wakati huo shule za kawaida zinazidi kuwa na desturi na tabia za dunia, bovu na zisizo na malezi mazuri katika vitendo vyake vyote, hivyo idadi kubwa ya wazazi wanageukia shule za kikiristo na zile za nyumbani kuwa kimbilio. Ni uharibifu ulioje ambao shule za kawaida zinawatendea watoto wetu! Hii ni mojawapo ya shida za kusudu ufahamu badala ya tabia na uhusiano na Mungu.

Mafunzo ambayo shule za Kikristo hutoa hayana kipimo, hasa ukizingatia masaa wanakuwa na watoto wetu, lakini pia isisahaulike kuhusu maoni na mahali pa mashauri yapaswa kuwa kanisani na nyumbani. Hata hivyo ni nadra kuona kanisa ikinidhamisha watu wake. Familia zaweza kila wakati tumia nguzo hizi imara. (Waweza tenda kazi pamoja na familia nyingine ambazo zinatumia mfano huu wa mafunzo kutimiza hili).

Je, yawezekana shule za kikiristo kutumia kanuni hizi za mafundisho na vifaa vya kusomesha? Bila shaka. Jambo lililomuhimu ni kuanza na washauri wema. Mara tutambuapo njia za msingi ambavyo Mungu hutenda kazi, tutakuwa wajinga iwapo hatutaunga mkono mpango huu. Ingawa wengine watapuuza majukumu yao, hii haimaanishi kwamba tutasimama kando yao na kuwaona wakiangamia. Hii imekuwa ni nafasi ya kuleta mafunzo zaidi yaliyo makamilifu.

Badili Sio Tu Kuelimisha

Hebu waza kuhusu mapenzi ya Mungu kwa shule hizi na watoto hawa:

- Watoto ambao wana hamu ya kutafuta makusudi ya Mungu katika maisha yao

- Watoto ambao wamesisimuwa na upendo wa Mungu kwa wengine

- Watoto ambao wameshawishika kwamba njia na makusudi ya Mungu ni makuu zaidi kuliko yale ambayo yanawavuta kwa nguvu katika dunia hii.

- Ulimwengu waweza onekana tu ni wenye nguvu, iwapo nguvu za Mungu hazitendi kazi. Silaha iliyo bora ni kukubali makusudio takatifu ya Mungu na nguvu kwa watu wake.

"Awajalieni kwa kadiri ya utajiri wa utukufu wake , kufanywa imara kwa nguvu, kwa kazi ya Roho wake, katika utu wa ndani. Kristo akae mioyoni mwenu kwa Imani mkiwa na shina na msingi katika upendo ;ili mpate kufahamu Pamoja na watakatifu wote jinsi ilivyo upana, na urefu, na kimo, na kina; na kuujua upendo wake Kristo, upitao ufahamu kwa jinsi ulivyo mwing, mpate kutimilika kwa utimilifu wote wa Mungu" (Waefeso 3:16-19).

Malengo ya Mungu huturuhusu sisi kuwa waaminifu katika malengo yetu, Dhahiri katika mtazamo wetu na ubunifu katika mpango wetu. Changamoto mara mingi hutokea wakati tunapoleta mabadiliko na hii ndio sababu vingozi wameundwa ili kutekeleza.

Tazama kwa makini malengo ya shule yako. Je yanatimizwa? Hesabu upungufu wake. Orodha hii inaweza kukuraidia kujikinga na sababu za kuleta mabadiliko, au kutekeleza mabadiliko. Shule hazistahili kupuuza au zaidi kudharau makanisa au wazazi ambao hutafuta elimu ambayo inazingatia tabia kwa watoto wao, ila wanastahili kuwahesabu kuwa washika dau wanaosaidia shule kuyatekeleza malengo yake.

Hata hivyo, panazo tahadhari kadhaa. Tatizo kubwa ni kutenda kazi ya wasio amini. Wakati kanisa lote kwa jumla linakiri imani, wanafunzi hawakiri. Ilhali Mungu anataka na anadai utakatifu kutoka kwa kila mwalimu na mwanafunzi, sio kila mmoja wao anaye roho mtakatifu akifanya kazi maishani mwake. Wengi hawatamani vitu vya Mungu, wanataka tu manufaa yanayo tokana na shule za kikristo dhidi ya shule za kawaida.

Kukiri kiholelaholela kwa imani sio badala ya maisha yaliyobadilika wakati Roho anapotenda kazi. Ukosefu wa hamu inadhihirisha kutokuwa na kazi ya Mungu kwa mioyo yao. Na wala tusijidanganye eti kwamba wanafunzi wote ni "watoto wa Mungu." Watoto hawa wanahitaji kwanza kuokolewa na Mungu kabla Mungu hajatenda kazi katika maisha yao.

Shida hiyo hiyo imekita mizizi pia manyumbani. Ingawa tuna tumai na kuomba kwamba watoto wetu wote wamjue Bwana, sio wote hufanya hivyo. Hata hivyo huwafunza na matumaini kwamba watakuja kumjua Bwana. Hata hivyo, pasipo Yesu, hamna maisha ya kiroho, na kwa hivyo hakuna kukua kiroho. Mle nyumbani, twaweza iga mitindo tofauti ya mafundisho, tukiyakumbuka mambo haya, humo shuleni mambo ni magumu.

Pengine njia mwafaka ni kushughulikia mafundisho haya au sehemu yake, kama la hiyari badala ya lazima kwa watoto wote. Kuangazia kutoa ushauri kwa wale ambao wanapendezwa; mzazi au mtoto.

Shule in manufaa mengi ukizingatia wakati na pia maendelezo ya mahusiano. Zaidi ya hao, wanafunzi wakati wa ziada (kwa mfano kutokana na malezi yanayotokana na kuwepo shule) ili kuangazia maeneo haya muhimu ya maendeleo.

Kuwapata Washauri Waliohitimu

Shida za ufadhili kila wakati zitakuwepo, lakini shida kubwa ni kuwapata washauri waliohitimu. Kunao watu wachache amabao wamefunzwa vyema au wamekomaa kiasi kuweza kuelekeza mashauri hayo. Hata hivyo, ninahisi kwamba pakiwepo mwelekeo mwema, kunao wengi watapenda kuwasaidia wanafunzi kukua kiroho.

Iwapo shule ina uhusiano wa karibu na kanisa, ambavyo ndivyo huwa mara nyingi, basi kanisa linaweza kuwashawishi na kuwaandaa baadhi ya washiriki wake kusaidia katika eneo hili, aidha kwa kujitolea au kwa kuandikwa kazi. Mara watoto wafundishwapo, waweza hudumu kama washauri kwa watoto wengine katika njia tofauti. Jiweke tayari kwa jinsi Mungu anavyoweza kutenda kazi kwa njia za ajabu kupitia maisha ya watoto.

Mafunzo Maadilifu Katika Shule

Iwapo viongozi waliohitimu wataweza kupata mahali na vifaa vya kufundisha watoto, basi hili hutoa nafasi kwa ratiba ya mafundisho mema. Ratiba inayobagua na mafunzo ya biblia yakiambatana na mashauri ya mtu binafsi husababisha mazingira mema ya kukua kiroho.

Kuwa mwangalifu kwa kutumia ramana ambayo inadai kuonyesha maendeleo ya kiroho kwa watoto. Kwa mfano, muda wa wakati ambao mwamini aliye mtu mzima wa kawaida huchukua kukomaa ni mfupi kuliko wa mtoto.

Kwa kawaida, mwamini mpya huchukua miezi mitatu hadi mine. Huenda ikawa mtoto mdogo atachukua muda wa miaka mitatu au mine, ikitegemea hali na umri wake. Ratiba inahitaji kusawazishwa ukiyajua haya. Ramana kadhaa tofauti huenda zikahitajika kutumiwa katika hali maalum, ili kuhakikisha kila mtu anaangazia malengo ya Mungu katika maisha ya watoto wake.

Itakuwa la busara shule ikihusisha vijana katika njia maalum kama vile mawazo yao yanaanza kukomaa na jinsi wanavyoanza kubaleghe. Kutakuwa na changamoto maalum na maswali ambayo yanahitaji kushughulikiwa ili kuendelea kuonyesha umuhimu wa kiini katika maisha yao.

Kuwaeleza mabadiliko yanayotokea katika mawazo na miili yao itawasaidia kuwaeleza umuhimu wa kuyalea maisha yao ya kiroho katika wakati huu.

Hata ingawa walimaliza hatua ya pili ya mafundisho (vijana) itakuwa vyema kulirudia tena na mkazo maalum wa shida mpya wanazozipitia na vitu vya kiroho katika hatua tofauti za maendeleo ya kimwili na pia kimawazo.

Uongezeko wa muda katika shule zetu ni wa manufaa sana, kwa mafundisho maalum tukizingatia shida na hali maalum wanazokumbana nazo kwa mfano, wanapokaribia mwisho wa masomo yao, waweza jifunza kuhusu uchaguzi wa taaluma zao, wachumba wao, na kadhalika. Haya yote wakiwa na kusudi ya Mungu katika maisha yao.

Changamoto ni kuendelea zaidi kuliko ufahamu wa Biblia. Biblia inapaswa kufundisha na kusudi. Watoto wanastahili kuona jinsi inavyotumika katika kudhihirisha maisha ndani ya Kristo.

> "Kila andiko ni lenye pumzi ya Mungu, lafaa kwa mafundisho, na kwa kuwaonya watu makossa yao, na kwa kuwaongoza, na kwa kuwaadibisha kwa haki; ili mtu wa Mungu awe kamili, amekamilishwa apate kutenda kila tendo jema" (2 Timotheo 3:16-17).

Tusipofunganisha ukweli huu na maisha yetu, basi kweli hizi zitakuwa hazina maana na zitakuwa rahisi kutupilia mbali. Iwapo tutawaonyesha umuhimu wa neno la Mungu katika maisha yao basi kutatokea kizazi kipya cha waamini wanaomtegemea Mungu.

Kuna hatari kubwa katika kiburi hata katika shina la mafundisho la kweli na kuabudu. Kutokana na kutokomaa, watoto mara nyingi huwa wepesi wa kushawishiwa. Hata hivyo yakiwepo mafundisho mema, mtoto kama vile mtu mzima anaweza yashinda majaribu kwa kuangazia kuwatumikia wengine kwa unyenyekevu. Hii itaiharibu majaribio ya shetani ambayo husababisha mtu asikomae kiroho. Watoto huheshimu ukuaji halisi wa kiroho wanapoona kwa maisha ya wengine.

Mukhtasari

Shule za kikristo hutoa nafasi nzuri za mafundisho ya kiroho. Mafunzo ya darasani pamoja na washauri wema hutoa nafasi nzuri ya mafundisho. Kwa kutoa mfano wa kila mara wa yale Mungu anayokusudia ikiunganishwa na nafasi nzuri ya kusindilia maamuzi haya ni rahisi kwa watoto kutambua na kukubali kanuni za Mungu huku wakikataa maovu yapatikanayo duniani.

Somo:

- Shule za kikristo za K-12 zina nafasi nzuri ya kuwafunza waumini kwa sababu ya mpangilio wao kwao. Changamoto kubwa ya mashule haya ni:

Somo

- Jinsi ya kukabiliana na wanafunzi wasioamini

- Kuunda vitabu vya mafunzo kwa walio wachanga ambao hukomaa pole pole kutokana na umri wao

- Kuwapata washauri walioandaliwa na kubadilishwa na maono ya kiini cha maisha

- Kuhusiana vyema na wazazi makanisa na mamlaka.

Tafakari Na Kariri

- 2 Timotheo 3:16-17

- Waefeso 3:16-19

Zoezi

- ➡ Je umewahi kushiriki katika shule ya kikiristo au shule ya nyimbani? Mafunzo yake ya kiroho yalikuwa ya namna gani? Je, yalitosha? Eleza.

➡ Je, shule hizi zingalipewa mafundisho ya kindani zingekuwa zinashindana na makanisa? Eleza.

➡ Je unayo historia ya kukabiliana na watoto wasioamini katika kanisa lako au shule? Unawashughulikia vipi? Ni yapi mengine zaidi ungeyatenda?

➡ Je, wewe ni msimaizi au mwalimu wa shule ya K-12? Fikiria baadhi ya changamoto ungezipitia kuyaleta mabadiliko haya. Eleza kila mojawapo. Anza kuomba.

#39 Mtazamo wa Muda Mrefu

Kama vile Bwana aliiunda miili nyetu ili kukua na kuendelea, vivyo hivyo watu wake wakue kiroho pia. Bwana pia huwapa watu wake hamu maalum na karama ili kutimiza uwezekano wao waliopewa na Mungu.

Mitazamo ya kukua ya muda mrefu

Ijapokuwa tunakumbana na changamoto nyingi, tukishindwa na yale ambayo tumeshapewa, mtazamo wetu utakuwa potofu. Kungali na kiwango kingine baada ya zile tatu ambazo tumeshajadili, moja ambayo twahitaji maono ya kiroho kukumbatia.

Katika ulimwengu ujao, Mungu atabadilisha miili yetu na kututoa mbele yake tukiwa wazima na wakamilifu na miili mipya. Hili litaendelea milele na milele. Kwa wale watakaovumilia watapewa taji la uzima.

"Heri mtu astahimiliye majaribu; kwa sababu akiisha kukubaliwa ataipokea taji ya uzima, Bwana aliyowaahidia wampendao" (Yakobo 1:12).

Tabia moja ya uzima ni kutamani kuendelea kuishi kwa muda mrefu iwezekanavyo na kuendeleza maisha kwa kuzaana. Ingawa wengine hufunza kwamba kifo ni kawaida, hili sio kweli. Iwapo kifo ni sehemu nyingine ya maisha, basi mazishi hayangalikuwa na huzuni jinsi yalivyo.

Maisha yetu ya kiroho hupata kuridhika na kukamilika kwake tunapo simama wakamilifu mbele ya Mungu dani ya uwepo wake. Yesu anawaonya wanafunzi wake wasiwaze kwamba yale tunayoyaona duniani ndivyo mambo yalivyo. Maisha ni zaidi ya uzoefu wetu hapa duniani.

Kuishi kwa imani hakumaanishi kufahamu mapenzi ya Mungu hapa duniani, mbali kuiweka vyema hoja zetu ili kutimiza mapenzi ya Mungu katika wakati mfupi aliotupea. Hili hutendeka tu tunapofahamu kuwa kuna maisha ya milele. Hivyo basi tunaweza kuupangia wakati wetu na kuangazia nguvu zetu hapa duniani.

Mafunzo Ya Muda Mrefu

Mawazo yetu ya milele pakubwa huunda sio tu tunavyotazama wakati mbali pia jinsi tunavyofunza wengine. Pasipo matazamo huu wa kwamba wakati huisha na milele huanza, ukuu wa mambo yetu daima utakuwa kando. Napenda jinsi Yohana alivyoeleza.

"Wapenzi, sasa tu wana wa Mungu, wala haijadhihirika bado tutakavyokuwa; lakini twajua ya kuwa atakapodhihirishwa, tutafanana naye; kwa maana tutamwona alivyo. Na kila mwenye matumaini haya katika yeye hujitakasa, kama yeye alivyo mtakatifu" (1 Yohana 3:2-3).

Tazama jinsi tumaini hili ya yale yatakavyokuwa yaweza chochea maendeleo yetu ya kiroho hasa katika eneo la usafi (hilo pia huunda tunda letu). Jinsi mtazamo wetu wa ukweli ulivyo dhahiri, ndivyo tutakavyoundwa nayo.

Kuutafuta Mji Wa Mungu

Hatua #3: Yazungumzia kuhusu kukomaa, lakini hilo sio lengo letu. Ni utaratibu wa kushikilia tungali hapa duniani. Pamoja na maumbile ambayo huungua na kulia chini ya kufungwa kwa sasa Warumi 8:18-22. Kwa hivyo sote twatamani kuvishwa na mavazi ya haki na kuishi katika uwepo wa Bwana mbali na mguso wa dhambi wenye sumu.

> "Na sio hivyo tu; ila na sisi wenyewe tulio na malimbuko ya Roho, sisi pia tunaugua katika nafsi zetu, tukikutazamia kufanywa wana, yaani, ukombozi wa mwili wetu" (Warumi 8:23).

Mabadiliko haya ya siku za usoni hutuweka macho kwa yaliyo muhimu duniani. Mfano wote wa maisha hubadilishwa na ukweli wa ufufuo. Maisha sio tu yale tunayoyapitia hapa duniani mbali yanaundwa nay ale tutakayopata. Tumaini hilo kubwa hufunika vitendo vyetu na ndoto zetu za sasa.

Kila mwamini anastahili kufurhia kabisa kwa matumaini ya kuhusu yale Mungu ananuia kuyatenda katika maisha yao hapa dunani kuhusu mabadiliko yetu yajayo. Ukulinganisha na uzito wa ahadi za Mungu za siku za usoni, mabadiliko hapa ni machache, ingawa bado muhimu. Hatuwezi na hatupaswi kupunguza maisha yetu ya kiroho na maendeleo hapa duniani. Bila maisha mapya, hamna uzima wa milele. Bila kujiunga na jamii ya Mungu, hatuwezi kamwe kuwa mmoja wa familia yake.

Uwajibikaji katika mafunzo yetu

Mungu amaweka kwamba maendeleo yetu ya kiroho hapa duniani na uzalishaji wa matunda hapa duniani kutatunzwa vilivyo siku za uhusiano. Hiki ndicho kipimo ambacho waamini watahukumiwa nacho wakati maisha yatakapokwisha. Atatofautisha bidii zetu na kujitolea kwetu. Mungu atalinganisha yale tungalitenda na yale tuliyoyatenda.

Yesu katika mfano akitukumbusha kuhusu matarajio ya Mungu kwetu anamaliza kwa kumkemea mtu aliyificha talanta yake moja

"Lakini Bwana wake akajibu akawaambia, wewe mtumwa mbaya na mlegevu, ulijua yakuwa navuna nisipopanda, nakusanya nisipotawanya" (Mathayo 25:26).

Katika 1 Wakorintho 3 Paulo anatumia mfano huu wa kupanda mbegu na ukuaji, *"Basi yeye apandaye, na yeye atiaye maji ni wamoja, lakini kila mtu atapata thawabu yake mwenyewe sawasawa na taabu yake mwenyewe"* (1 Wakorintho 3:8) Mungu atakagua ubora wa kazi zetu kulingana na kiwango chake sio chetu.

"Maana siku ile itaidhihirisha, kwa kuwa yafunuliwa katika moto; na ule moto wenyewe utaijaribu kazi ya kila mtu, ni ya namna gani. Kazi ya mtu aliyoijenga juu yake ikikaa, atapata thawabu. Kazi ya mtu ikiteketea, atapata hasara; ila yeye mwenyewe ataokolewa; lakini ni kama kwa moto" (1 Wakorintho 3:13-15).

Mungu amefunua siri nyingi kuhusu mambo ya kiroho na vile vile mambo yajayo. Hamna shaka kuhusu ni mambo mengi ingawa hayajafunuliwa kuhusu ukamilifu na utukufu wa maisha ambayo tutakayouridhi. Anaashiria na kutuhakikishia kwa kudhihirishwa kwake katika maisha yajayo (Marko 10:29-30, Warumi 8:21). Kweli hizi zinatoa ushawishi wa ziada kwetu ili kuyalinganisha maisha – yote tuyatendayo na kusema sawia na mafunzo yetu – kulingana na kweli hizi za milele.

Hivyo basi, maisha hayawi tu jambo ambalo Mungu anasababisha kutendeka kwetu mbali ni majibu yetu kuhusu yale Mungu ametupa. Tunao ushawishi mkubwa kwa yale yatatendeka kwetu katika maisha ya milele kutokana na yale tunayoyatenda hapa duniani, na pia ni kwa moyo upi tuliyatenda. Maisha haya yetu mafupi yataunda maisha yetu ya milele.

Nyakati zingine tunapoketi na watoto wetu na kutazama picha za kale au kanda za video zinaashiria mambo ya kale na zinaamsha mawazo ya maamuzi ya wakati uliopita. Tuliamua kuishi katika nchi ya kigeni kwa muda wa miaka kumi. Mke wangu pamoja nami tuliamua kusomesha watoto wetu nyumbani. Maamuzi haya yalionekana katika maisha yetu ya baadaye – na picha zetu - na uundaji wa maisha ya wale waliohusiana nasi. Hali ya milele ni sawa. Uhusiano wa maisha ya milele utahusiana na yale tutakayoyatenda hapa katika maisha yetu ya muda.

Nafasi Zetu

Kusudi letu katika kifungu hiki ni kutukumbusha kwamba kuna malengo makuu katika maisha yetu kuliko kukua kwa ajili yake tu. Tumo kwa ajili ya kuzaa matunda yatakayowagusa watu wanaotuzingira. Tunda linalotokana sio tu na ushirika wetu na Kristo mbali inamimina upendo na mwanga wa Mungu kwa ulimwengu wetu ila inatufahamisha jinsi Mungu atatushughulikia tutakapofika katika maisha ya milele.

Njia mwafaka ya kuyatazama maisha ni kana kwamba ni msururu wa nafasi kumhusu yeye ambaye hutupa maisha ya kimwili na pia ya kiroho.

Tunatafuta mafundisho dhabiti sio tu kwa sababu ya zawadi zilizoahidiwa ambazo pia ni kishawishi kizuri mbali kwa ajili ya furaha ya kuona wanaotuzingira wakifaulu. Tunatamani kwamba wao kama vile sisi, twaweza pata nafasi ya kuchungulia utukufu wa mwanga na maisha ya Mungu, tubadilishwe, tukue katika ukamilifu wa Kristo, kuzaa tunda linalodumu (Yohana 15:16), na kufurahia maendeleo ya kiroho hapa duniani tukiwa na Bwana milele na milele.

Yesu akishikilia mamlaka yote mbinguni na duniani, kwa kifupi ni kuwafanya wanafunzi kwa sababu hamna uzuri kupita kuwafunza wengine kumjua na kumpenda Mungu. Hili lina manufaa makubwa kwa maisha yetu wenyewe pia. Hili ndilo hasa Yesu alitenda (Isaiah 53:10-12) na lile analowaitia wanafunzi wake kutenda. Kuwafunza wanafunzi ni muhimu kwa maisha yetu, kwa maslahi ya wale wanaotuzingira na moja kwa moja kuadhiri utukufu wa Mungu unaofunuliwa duniani.

Kwa nini basi ni watu wachache wanajihusisha na kufunza wanafunzi? Kwa nini twavutiwa zaidi na shahada, ufahamu, mahudhurio na kadhalika na wakati mfupi sana kujihusisha na wazo hili la kubadilisha maisha? Ukosefu wetu wa kuhisi nguvu za Mungu katika maisha yetu ndio unaosababisha sisi kutohusika na mambo yanayoleta mabadiliko kwa wale wanatuzingira.

Somo

- Ingawa kunazo hatua tatu za kukua kiroho hapa duniani, huo sio mwisho. Tutapokea ufufuo na kuingia katika utukufu mkuu na wa milele katika hatua ya mwisho, kama vile Yesu alivyotenda.

- Tutazawadiwa kabisa katika maisha yajayo kulingana na maisha na kazi tuliyotenda hapa duniani. Matokeo ya kutofunza watu kuhusu wema wa Mungu itakuwa ni msiba mkuu.

- Tunajihusisha katika mafunzo kwa sababu tunafurahia kuona watu wa Mungu wakikua kwa ukamilifu kupitia na kuzaa matunda.

Kariri Na Tafakari

- 1 Yohana 3:2-3
- Yakobo 1:12

Zoezi

➡ Je, maisha ya milele yanakusawishi kiasi kipi na kujitolea kwako kumtumikia Bwana?

➡ Tafakari juu ya Mathayo 28:18-20. Je, unafikiri kwamba Yesu anatusubiri tuwafunze watu ili atuongezee nguvu zake hapa duniani? Ni vipi mamlaka yake yanahusiana na amri yake?

➡ Je unawaza kuhusu ukuaji wako mwenyewe au ukuaji wa wengine? Eleza ni kiasi kipi cha ushawishi na furaha inayotokea kwa kuona mafanikio ya wengine.

#40 Juhudi za Maisha

Changamoto yetu katika kitabu hiki kuweka kila ambacho hakiwezi kukumbukwa na ni cha haki kuwa angavu ili kitushawishi kila wakati jinsi tunavyo yashughulikia maisha yetu hasa kuhusu mafunzo.

Hatutazami matokeo kwa njia ya utafiti kama vile mwanasayansi hufanya. Mwanasayansi huangalia utafiti wake; sisi tumeitwa kuyaishi maisha ambayo Mungu amekusudia, sio kuyatafiti.

Pengine sisi pia tumetenda makosa makuu kama wanatheologia, wachungaji, waalimu, na viongozi wakristo. Tumeangazia huduma yetu na tukazingatia kwa uchache yale Kristo anatenda katika maisha yetu na wengine. Kiini cha maisha kwa marudio kimeangazia maswali machache muhimu.

- Je tunawaandaa wengine kwa huduma na kutumika?
- Je, tumekagua kwa makini yanayotendeka kwa viongozi waliofunzwa
- Ni kwa nini tunavumilia tabia zilizo duni ambazo zinaharibu matumaini ye yote ya uongozi mwema?

Haijalishi sisi ni wa taasisi gani au tunahudumu katika kanisa lipi,au tunashikilia cheo kipi, kilicho cha umuhimu ni kwamba tunafunza wengine ili waweze kuishi maisha yenye mabadiliko. (Hapa ninatumia neno mafundisho kuashiria mahubiri, mafunzo, mashauri, kutembeleana nyumbani, mwongozo, majadiliano, mazungumzo yaliyokusudiwa kuangazia maisha yenye mabadiliko. Mafundisho ya moja-kwa-moja ndiyo njia mmojawapo ya ili kuona haya yakitendeka).

Iwapo yale tunayoyatenda hayaleti mabadiliko haya ya maisha, basi twahitaji kwa haraka kukagua jinsi na vipi tunavyotenda mambo yetu iwapo ni katika maisha yetu au ya wengine. Twaweza jivunia mashule, makanisa au idadi yetu mbali pasipo watu kuangaza mfano wa Kristo na kudhihirisha upendo na mwanga wa Kristo kwa wengine, kazi zetu ni bure.

Kuchukua Jukumu

Changamoto yetu ni kuwaandaa wengine ili wakaweze kuwafunza wengine katika hatua hizo tatu tofauti za kukua kiroho. Kila mwamini hupitia hatua hizi na basi twashiriki katika mpango kabambe wa Mungu kuhusu ukuaji.

> "Na twamtangaza habari zake tukimwonya kila mtu, na kumfundisha kila mtu katika hekima yote, tupate kumleta kila mtu mtimilifu katika Kristo. Nami najitaabisha kwa neno lilo hilo, nikijitahidi kwa kadri ya kutenda kazi kwake atendaye kazi ndani yangu kwa nguvu" (Wakolosai 1:28-29).

Kwa kuwaza kwa makini kuhusu kila kiwango ya kuhusu yale Mungu anayatenda katika maisha ya kila mwamini katika kila kiwango, basi tutafahamu vyema jinsi ya kujiunga na Bwana.

Sababu kuu ya ukosefu wa mafundisho katika makanisa yetu duniani kote yaonekana ni kutojihusisha na amri ya Yesu kutokana na yale tunayotenda. Suluhisho letu ni kudhibitisha maisha ya Mungu ambayo amewapa watu wake, kumtegemea Mungu kuyaendeleza maisha hayo, kuwahimiza watu wake waendelee kukua katika njia hizo maalum na kukuza roho hiyo hiyo kwao ili wakatambue jinsi Mungu anavyotaka wakatende hivyo kwa wengine.

Haja Kubwa Ya Korodhesha

Mabadiliko kadhaa mema yatatokea tu iwapo tutajizuia pamoja na taasisi kuorodhesha tabia hii ya maisha ya kiroho katika mafundisho yetu. Kuunganisha kwa maono haya kwa wakati wetu pamoja wanafunzi na watu wengine ni muhimu.

Iwapo watu wa Mungu hawakui basi sisi kama wakufunzi tumeshindwa. Mmea huendelea kukua na kuongezeka katika kimo na ukomavu ukiwa na nia ya kuzaa matunda na kujiongeza. Iwapo mmea umeacha kukua, mkulima mwenye makini hujua bila shaka ni ugonjwa au ukosefu wa maji au lishe ambazo baadaye husababisha kunyauka.

Kanisa hukumbana na tatizo kuu kwa kutowawezesha watu wa Mungu kukua. Uvuguvugu ni jambo la kawaida. Shida hii huongezwa na shule za mafunzo ya kikristo, shule za Biblia, na makanisa kwa kutotoa viongozi wema, amabao wanajua jinsi ya kuwaandaa wanafunzi kuhisi maisha mema na kuwa na ushirika na Mungu.

Pasipo na imani kwamba Mungu anaweza badilisha wengine kukua kwa utimilifu wao, basi hamna haja ya mafundisho mema. Kanisa litapungukiwa na utauwa na hali ya dini ambao huu badala ya kuangazia mwanzo wa uhai na maendeleo halisi ya maisha ambayo yapaswa kuwa kwa waamini wote.

Wakati tunapohakikisha yale Mungu anatenda ndani yetu kupitia njia ya maisha ya kiroho kwa nguvu za Roho Mtakatifu, basi tutayaona maisha ya Mungu yakidumu miongoni mwetu. Hiki ndicho kiini cha maisha, msingi wa kanisa. Natukasimame kama watendakazi wa Mungu na kulisaidia kanisa kukua hadi kufikia upeo mkuu kuwa mwanga na upendo wa Mungu - hili ndilo lengo letu kuu.

> "Jina lake tukufu na lihimidiwe milele; dunia yote ijae utukufu wake. Amina na amina" (Zaburi 72:19).

Somo

- Ingawa kufanyika kwa maisha ya kiroho kumefichika, ukweli wake na mkondo wake wa maendeleo unajulikana na Mungu na unadokezwa katika ukuaji wa kawaida.

- Watu wote wa Mungu wana jukumu kuu la kujilea wenyewe na vile vile kuwalea walio karibu naye

- Kama viongozi katika kanisa la Mungu, ni lazima tushike kwa umuhimu amri ya Kristo na kugeukia haja na vitendo vyetu ili kuhakikisha kwamba watu wa Mungu wanakua kiroho na kujifunza jinsi ya kuwasaidia wengine kukua kuwa waume na wake wema.

- Haijalishi ugumu upi uliopo. Mungu anatamani zaidi kutenda kazi nasi katika jitihada yake ya kulea maisha ya kiroho. Hili ni lengo la Mungu, kwa watu wake wakue katika mfano wake na kuzaa tunda na hivyo kutekeleza malengo yake hapa duniani.

- Mungu anatukuzwa zaidi wakati, kwa neema yake na ushirika wake, tunapokua zaidi kama Baba yetu na kutimiza kazi zake nzuri. *"Vivyo hivyo nuru yenu na iangaze mbele ya watu, ili waone matendo yenu mema, na wamtukuze Baba yenu aliye mbinguni"* (Mathayo 5:16).

Tafakari Na Kariri

- Wakolosai 1:28-29

Zoezi

➡ Anza mahali ulipo. Jikabidhi kuangazia jinsi ya kuziachilia nguvu za maisha ya Mungu katika maisha yako mwenyewe na ya wanaokuzingira.

➡ Ungama maeneo yo yote ya kutoamini ambayo yamekita mizizi katika moyo wako. Tubu kutokana nayo. Hapa mna mapendekezo kadhaa. Ungama kwamba "Nina mashaka ambayo:

  ▪ Watu wa Mungu waweza kukua hadi utimilifu

  ▪ Mungu anaendelea kutenda kazi ili kutimiza kusudi lake kuu katika maisha yetu na ya wengine

  ▪ Mabadiliko haya katika maisha ni muhimu

  ▪ Ninaweza badili eneo moja au zaidi katika maisha yangu

  ▪ Lengo kuu la Mungu katika mafundisho lapaswa kuwa kukuza maisha ya kiroho

➡ Andike upya Wakolosai 1:28-29 katika maneno yako mwenyewe na kisha ifanye kuwa yako binafsi (kwa mfano, tumia 'nita' na 'mimi').

➡ Ifanye kuwa heshima yako kubwa ni kumletea Mungu utukufu kwa kutenda kazi naye kwa kuwasaidia watu wake ili wakue na kutekeleza makusudi yake.

➡ Sita kidogo na mtazame Bwana iwapo ameweka hatua zo zote za dharura katika mawazo yako ambazo wastahili kuchukua. Ziorodheshe na weka kitengo cha wakati unapokusudia kuzitekeleza.

Nyongeza

#1- 4

Nyongeza #1: Mwongozo wa Mafundisho Mema

Picha hii inatoa muhtasari wa kanuni mbili kuu ambazo ndizo chanzo cha kiini cha maisha. Ni nadra kwa kanisa kuunganisha ufahamu wa mfano wa maisha pamoja na mfano wa ukuaji na kwa hivyo nguvu na fikira zinazohitajika ili kuwa na maisha yenye msisimko na huduma zimekuwa pungufu.

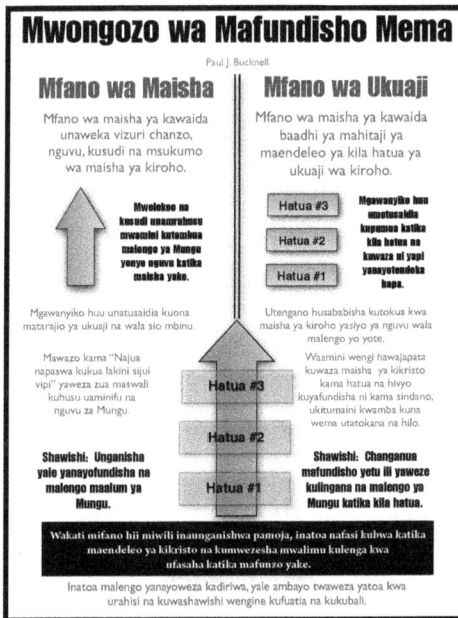

Wakati mifano hii miwili inaunganishwa pamoja, nguvu zao za pamoja zajichomoza. Kwa pamoja zadhihirisha nguvu za mafunzo mema na zatoa ufahamu unaoleta uhimizo unaohitajika katika maisha yetu ya kibinafsi na huduma zetu. (Kwa nakala kubwa ya PDF)[1]

---

[1] bit.ly/bff-sw-excel

Kiini Cha Maisha

Nyongeza #2: Mifano ya Maisha

Mara kwa mara, ulimwengu wa kawaida wa Mungu huongeza ufahamu wetu wa kanuni za kiroho. Mungu anaweka baadhi ya kanuni muhimu za kiroho wazi tunaposoma mifano aitoayo ya maisha. Hapa kunayo mifano mine. (

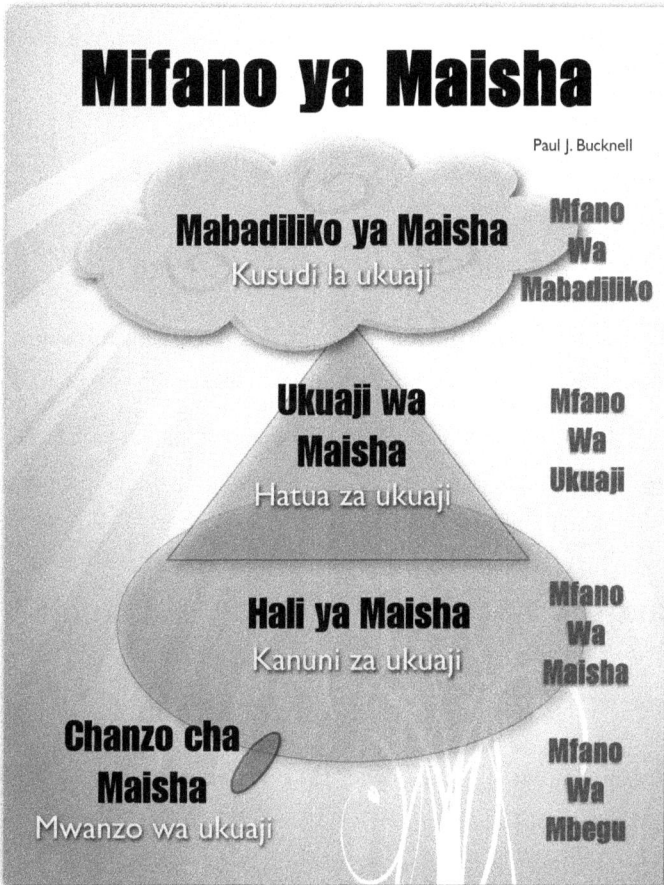

Mifano ya Maisha

Paul J. Bucknell

Mabadiliko ya Maisha
Kusudi la ukuaji

Mfano Wa Mabadiliko

Ukuaji wa Maisha
Hatua za ukuaji

Mfano Wa Ukuaji

Hali ya Maisha
Kanuni za ukuaji

Mfano Wa Maisha

Chanzo cha Maisha
Mwanzo wa ukuaji

Mfano Wa Mbegu

1. Uzao Wa Maisha – Mfano Wa Mbegu

Chanzo Cha Ukuaji Wa Kiroho

"Amini amini, nawaambia, Chembe ya agano isipoanguka katika nchi, ikafa, hukaa hali hiyo peke yake; bali ikifa, hutoa mazao mengi. Yeye aipendaye nafsi yake ataiangamiza; naye aichukiaye nafsi yake katika ulimwengu huu ataisalamisha hata uzima wa milele" (Yohana 12:24-25).

"Kwa kuwa mmezaliwa mara ya pili; si kwa mbegu iharibikayyo, bali kwa ile isiyoharibika; kwa neno la Mungu lenye uzima, lidumulo hata milele" (1 Petro 1:23).

2. Hali Ya Maisha – Mfano Wa Maisha

Kanuni Za Ukuaji Wa Kiroho

"Amwaminiye Mwana yuna uzima wa milele; asiyemwamini Mwana hataona uzima, bali ghadhabu ya Mungu inamkalia" (Yohana 3:36).

"Lakini hizi zimeandikwa; ilimpate kuamini ya kwamba Yesu ndiye Kristo, Mwana wa Mungu; na kwa kuamini mwe na uzima kwa jina lake" (Yohana 20:31).

3. Ukuaji Wa Maisha – Mfano Wa Ukuaji

Hatua Za Ukuaji Wa Kiroho

"Nawaandikia ninyi, akina baba, kwa sababu mmejua yeye aliye tangu mwanzo. Nawaandikia ninyi, vijana, kwa sababu mmemshinda yule mwovu. Nimewaandikia ninyi watoto, kwa sababu mmemjua Baba. Nimewaandikia ninyi akina baba, kwa sababu mmemjua yeye aliye tangu mwanzo. Niwaandikia ninyi, vijana, kwa sababu mna nguvu na neno la

Mungu linakaa ndani yenu, nanyi mmemshinda yule mwovu" (1 Yohana 2:13-14).

4. Mabadiliko Ya Maisha – Mfano Wa Mabadiliko

Kusudi La Ukuaji Wa Kiroho

"Lakini Mungu huipa mwili kama apendavyo, na kila mbegu mwili wake. Nyama yote si nyama moja; ila nyingine ni ya wanadamu, nyingine ya hayawani, nyingine ya ndege, nyingine ya samaki. Tena kuna miili ya mbinguni, na miili ya duniani; lakini fahari yake ile ya mbinguni ni mbali, na fahari yake ile ya duniani ni mbali. Kuna fahari moja ya jua, na fahari nyingine ya mwezi, na fahari nyingine ya nyota; maana iko tofauti ya fahari hata kati ya nyota na nyota. Kadhalika na kiyama ya wafu. Hupandwa katika uharibifu; hufufuliwa katika kutokuharibika" (1 Wakorintho 15:38-42).

Nyongeza #3: Mtiririko

Kufuatisha nyayo za ukuaji wa kikristo

1 Yohana 2:12-14

Kufuatisha Nyayo Za Ukuaji Wa Kikristo

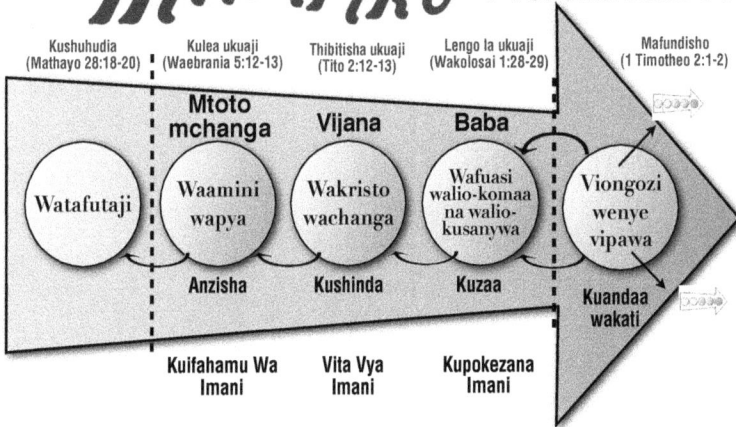

Picha iliyopo hapa juu ya mtiririko kutoka 1 Yohana 2:12-14 yaashiria

1) Kusudi la Mungu katika mwendo wa wimbi na

2) Njia za Mungu, zinazoonekana katika kila mmojawapo wa hatua tatu za maendeleo ya kiroho.

Mistari iliyovunjika kwa kweli hazimo katika picha tuliyoiona katika 1 Yohana, lakini tumeongeza sehemu hizi mbili; moja mwanzo na pili mwisho – ili kutoa taswira kamili ya kanisa. Hatua ya mtafutaji ni pahali ambapo Mungu anachochea watu waje wamjue yeye. Mwisho wa picha hiyo unatumika kuonyesha mambo ya ziada ya hatua ya tatu ambayo ndiyo kwa sehemu kubwa huunda mwelekeo wa kanisa. Waandalizi hawa, iwapo wameandikwa kuhudumu wakati wote au la, wanawekeza nguvu zao katika kuwajenga watu wa Mungu.

Mto wa uzima unaendelea kutiririka kati ya watu wake ili kuunda tabia njema katika kila hatua na hii inajidhihirisha vyema katika imani yao inayokua. Wamjuavyo Mungu zaidi kwa njia ya imani, vivyo hivyo wanaishi karibu na Mungu na vyema watakavyotekeleza makusudi yake makuu. Utukufu wote kwa Mungu ambaye alianzisha na ataendeleza kazi yake takatifu. Kuwepo kwa ukweli wa namna hii unastahili kutuzidia ili kushiriki katika kazi kuu ya Bwana katika ulimwengu huu kusudi ikaguse maisha yetu na mafunzo yetu.

Nyongeza #4: <u>Kumhusu Mwandishi</u>

Paulo amefanya kazi kama mwanzilishi wa makanisa ng'ambo katika miaka ya 1980 na akawa mchungaji Marekani katika miaka ya 1990. Mungu akamwita kuanzisha *"Biblical Foundations for Freedom"* mwaka wa 2000 na tangu siku hiyo amekuwa akiandika, akiweka mikutano ya kimataifa ya kufundisha viongozi na pia kuhudumu katika kanisa la nyumbani.

Upeo mkubwa wa nakala za Paulo katika maisha ya Kikristo, mafundisho, maisha ya utauwa, mafundisho ya uongozi, ndoa, malezi, mashaka, Agano la kale na jipya, na mada nyingine za maisha ya kiroho, zatoa ufahamu maalum ambao umechanganywa katika vitabu vyake vingi na nakala zake za mafundisho.

Paulo ameoa kwa zaidi ya miaka thelathini na mitano. Ana watoto nane na wajukuu watatu. Paulo na mke wake Linda wanaendelea kuona baraka za Mungu katika maisha yao.

Kwa mengi zaidi kumhusu Paulo na Linda na huduma ya BFF, angalia katika tovuti yao:

www.foundationforsfreedom.net

Kiini Cha Maisha

Books by Paul J. Bucknell

Allowing the Bible to speak to our lives today!

Overcoming Anxiety: Finding Peace, Discovering God
Life in the Spirit! Experiencing the Fullness of Christ
Reaching Beyond Mediocrity: Being an Overcomer
The Life Core: Discovering the Heart of Great Training
The Godly Man: When God Touches a Man's Life
Redemption Through the Scriptures
Godly Beginnings for the Family
Principles and Practices of Biblical Parenting
Building a Great Marriage
Christian Premarital Counseling Manual for Counselors
Relational Discipleship: Cross Training
Running the Race: Overcoming Sexual Lusts
The Bible Teaching Commentary on Genesis
The Bible Teaching Commentary on Romans
Life Transformation: Monthly Devotional on Romans 12:9-21
Book of Romans: Bible Studies
Book of Ephesians: Bible Studies
Abiding in Christ: Walking with Jesus
Inductive Bible Studies in Titus
1 Peter Bible Study Questions: Living in a Fallen World.
Take Your Next Step into Ministry
The Lord Your Healer: Discover Him and Find His Healing
Training Leaders for Ministry
Satan's Four Stations: The Destroyer is Destroyed
Study Questions for Jonah: Understanding the Heart of God

Our Digital Libraries include these books as well as slides, handouts, audio/videos, and much more at: www.foundationsforfreedom.net

www.ingramcontent.com/pod-product-compliance
Lightning Source LLC
Chambersburg PA
CBHW071412090426
42737CB00011B/1435